哈福

哈福

精修版

我的第一本
越南語會話

（簡易中文注音學習法
會中文就能說越南語）

附
MP3

陳依僑
Nguyen Kim Nga
◎合著

哈福

自學越南語
看這本就夠了

先前，今周刊‧財訊曾報導：東協大躍進，台灣囝仔成了東協闖王；最近，也有傳媒報導：香港首富李嘉誠大舉轉向越南，投資房地產。鴻海也加碼投資越南，現在的越南就很像以前的台灣：「台灣錢淹腳目」。

越南是東協十國之一，也是台商、台幹、上班族的投資、求職新目標。所以，越南語非學好不可，台商赴越南創業必備。企業家、投資、經商、工作、觀光、溝通無障礙；家有越南配偶、新住民、家事幫傭、監護工、勞工絕對好溝通。

越南近年來經濟、房產、觀光發展快速，加上物美價廉的消費，吸引台灣觀光客前往。能懂一些越南語，觀光、經商、工作都能更便利。

超級玩家擁有本書，聽説指比都可通，開口殺價、逛街血拼，變得真容易。在最短時間學到一口流利、實用的會話，玩得自由自在。

根據作者觀察發現，能把越南語學好的人，重要關鍵就在於「動機」、「興趣」、「方法」、「教材」四方面，這些都可以促使您快速學好越南語。

本書內容共七大篇，分別是「交際應酬篇」、「聊天閒談篇」、「實際應用篇」、「旅遊樂透篇」、「交通工具篇」、「逛街購物篇」、「日常生活篇」。全為生活中常用的會話，實用性強。另外，本書特別以中文輔助拼音，懂中文就能開口

說越南語，易學易懂，可以馬上套用，看中文或拼音，就能立刻說越南語，完全沒有學習的負擔，開口流利又道地，輕鬆學好越南語，是短時間&高效率的最佳越南語工具書。

在學習之餘也要充電一下，書中特別整理「越南旅遊豆知識」越南旅遊一點通，收集越南購物、觀光、飲食、風土 人情的最新情報，提供讀者對越南有初步的認識，極富閱讀價值和趣味 。

語言的學習要透過多聽、多讀、多寫、多說，只要掌握竅門，就能暢說自如。學語言最好是在當地的環境，學習效果最佳，如果沒有良好的學習環境，為了讀者朋友自學上的實際需求，本書特聘越南籍專業老師，錄製道地的越南語，請您多聽MP3內容、邊反覆練習，學習標準的發音和聲調，發揮最佳效果。多覆誦多學習，有助你掌握實際的發音技巧，加強聽說能力，學好純正的越南語。

本書特色～簡易中文注音學習法 會中文就能說越南語

易學好記	簡易中文注音法，懂中文就會說越南語，每句會話都是簡單實用，讓你快速記憶，懂得如何正確應用。
編排清晰	內容採中文、越南文、拼音對照，排版設計一目瞭然，一書在手，學習事半功倍。
精質MP3	由越南籍專業老師錄製MP3，請多聽發音示範，幫助你熟悉道地的越南語發音和語調，輕鬆打好越南語基礎，很快你也能說一口道地的越南語。

PART 1 交際應酬篇

TRANG XÃ GIAO

張灑遭

PART 2 聊天閒談篇

TRANG NÓI CHUYỆN PHIẾM

張挪卷片

PART 3　實際應用篇

TRANG ỨNG DỤNG THỰC TẾ

張瓷縱特底

PART 4　旅遊樂透篇
TRANG THÚ VUI DU LỊCH
張圖威租力

越南語簡單入門

越南語簡介

越南語是單音節語言，一個音節是一個讀音單位，都有一定的意義。越南語字母是以羅馬系統拼寫，現代越南語是以河內話為標準語，越南語的語音系統包括 19 個子音、11 個母音和 6 個聲調，6 個聲調符號出現在母音的上方或下方。

▍子音和母音

子音表

	字母	音標		字母	音標
1	b	b	11	d,gi,r	z
2	m	m	12	l	l
3	p	p	13	ch,tr	c
4	ph	f	14	nh	ŋ
5	v	v	15	c,k,q	k
6	th	t'	16	ng(ngh)	ŋ
7	t	t	17	kh	x
8	đ	d	18	g(gh)	r
9	n	n	19	h	h
10	x,s	s			

母音表

	字母	音標
1	i	i
2	ê	e
3	e	ɛ
4	ư	ɯ
5	ơ	v
6	a	ɑ

	字母	音標
7	u	u
8	ô	o
9	o	ɔ
10	â	r
11	á	ă

▌聲調介紹

越南語有六個聲調：第一聲為平聲（bằng）、第二聲為玄聲（huyền）、第三聲問聲（hỏi）、第四聲為跌聲（ngã）、第五聲為銳聲（sắc）、第六聲為重聲（nặng）。

聲調表

調序	越語名	調名	調	調號
1	bằng	平聲	高平	-
2	huyền	玄聲	陽平	`
3	hỏi	問聲	陽上	'
4	ngã	跌聲	陽上	~
5	sắc	銳聲	陽去陽入	´
6	nặng	重聲	陽去陽入	.

字母表

字母		名稱	
大寫	小寫	越語讀音	音標
A	a	a	ɑ
Ă	ă	á	ă
Â	â	ớ	r
B	b	bê	be
C	c	sê	se
D	d	dê	ze
Đ	đ	đê	de
E	e	e	ɛ
Ê	ê	ê	e
G	g	giê	ze
H	h	hát	hat
I	i	i	i
K	k	ca	ka
L	l	e-lơ	ɛlv
M	m	em-mờ	ɛmv

字母		名稱	
大寫	小寫	越語讀音	音標
N	n	en-nờ	ɛnv
O	o	o	ɔ
O	ô	ô	o
Ơ	ơ	ơ	v
P	p	pê	pe
Q	q	cu	ku
R	r	e-rờ	ɛrv
S	s	ết-sì	ɛtsv
T	t	tê	te
U	u	u	u
Ư	ư	ư	w
V	v	vê	ve
X	x	ich-sí	iksi
Y	y	i-dài	izai
		(ì-cờ-rét)	(ikvʀɛt)

胡志明市與古芝地道

　　從前的西貢，現在的胡志明市，包括了西貢、堤岸、嘉定三處，胡志明市內有眾多的名勝古蹟、寺廟與公園，走走看看保證會有豐富收穫，如舍利寺、國光寺、永嚴寺、聖母大教堂、騷壇公園、查匈植物園等。

　　曾被法國統治，這裡的美食、建築隱約都看得到法國的影子，如在Dong Khoi Street就可找到許多法式餐館。想買手工藝品的話，可選擇木雕、石雕、蜜蠟、玳瑁及琥珀製品。

　　古芝地道是越戰時軍隊的藏身之處，總長250公里，其內有許多秘密隧道，作戰時地道設有廚房、餐廳、醫療站、火藥庫等，置身其中彷彿回到戰爭的當時，輕易就能感受戰時的可怕與殘酷。如果想要進一步瞭解越戰，可到胡志明市的陳列館，內有各式武器、紀錄照片等。

PART 1 交際應酬篇

TRANG XÃ GIAO
張灑遭

寒暄

NÓI CHUYỆN XÃ GIAO

挪卷灑遭

 MP3-2

情境會話

---

01 阮先生，你好嗎？

Ông Nguyễn, ông có khỏe không?

翁遠，翁國傀空

您好。

Chào ông.

照翁

---

02 你吃過了嗎？

Ông đã ăn chưa?

翁打安遮

我吃飽了。

Tôi ăn no rồi.

堆安諾瑞

03 你的身體好嗎？

Ông có khỏe không?

翁果傀空

我有點感冒。

Tôi hơi bị cảm.

堆揮必感

04 你家人好嗎？

Người nhà ông có khỏe không?

位那翁國傀空

他們還好。

Họ vẫn khỏe.

或穩傀

05 好久沒看到你。

Đã lâu không gặp ông.

打摟空尬翁

我前天才從美國回來。

Tôi mới từ Mỹ về hôm kia.

堆沒度米業昏接

06 天氣變了！快要下雨了。

Thời tiết thay đổi rồi! Sắp mưa rồi.

特跌胎對瑞！啥麼瑞

就是啊！出門要記得帶傘。

Đúng vậy! Ra ngoài phải nhớ mang cây dù.

懂位！匝外斐呢忙該租

 補充句

謝謝。	Cám ơn.
	感恩
不客氣。	Đừng khách sáo.
	瞪卡掃
對不起。	Xin lỗi.
	新壘
沒關係。	Không sao.
	空艘

你吃飽了嗎？	Anh ăn no chưa? 按安諾遮
你吃過中飯了嗎？	Anh ăn cơm trưa chưa? 按安跟遮遮
你要去哪裡？	Anh muốn đi đâu vậy? 按夢低都崖
你要出門了嗎？	Anh sắp đi ra ngoài rồi phải không? 按啥低匝外瑞斐空
你要去上班嗎？	Anh sắp đi làm phải không? 按啥低爛斐空
昨晚睡得好嗎？	Tối qua ngủ ngon không? 對刮努灣空
最近工作忙不忙？	Dạo này công việc có bận không? 造耐工月國笨空

PART 1 交際應酬篇

PART 2 聊天閒談篇

PART 3 實際應用篇

PART 4 旅遊樂透篇

PART 5 交通工具篇

PART 6 逛街購物篇

PART 7 日常生活篇

工作還順利吧？	Công việc vẫn thuận lợi chứ? 工月穩褪類折
好久沒看到你了。	Đã lâu không gặp anh rồi. 打摟空尬按瑞
你的氣色真好。	Thần sắc anh tốt lắm. 褪啥按奪藍
天氣真好啊！	Thời tiết đẹp quá! 特跌典寡
請你多保重。	Anh bảo trọng nhé. 按保重呢
路上要小心。	Trên đường đi phải cẩn thận. 真瞪低斐艮褪
回頭見。	Gặp lại sau . 尬賴艘
我們再聯絡。	Chúng ta liên lạc sau. 種搭連辣艘

有空來我家玩。	Có rảnh tới nhà tôi chơi. 過染得那堆追
那麼我失陪了。	Vậy tôi xin phép nhé. 位堆新肥呢
我先走了。	Tôi đi trước nha. 堆低折呀

PART 1 交際應酬篇

PART 2 聊天閒談篇

PART 3 實際應用篇

PART 4 旅遊樂透篇

PART 5 交通工具篇

PART 6 逛街購物篇

PART 7 日常生活篇

問候

HỎI THĂM

毀探

 MP3-3

情境會話

---

01 阮太太，您好。

Xin chào bà Nguyễn.

新照霸遠

您好，好久不見了。

Xin chào ông, đã lâu không gặp.

新照翁，打摟空尬

---

02 你最近好嗎？

Dạo này bà có khỏe không?

造耐霸國傀空

還不錯，謝謝你的關心。

Cũng khỏe, cám ơn sự quan tâm của ông.

鞏傀，感恩事關燈果翁

03 你家人還好吧？

Người nhà bà vẫn khỏe chứ?

位那霸穩傀折

還不錯，謝謝您。

Cũng khỏe, cám ơn ông.

鞏傀，感恩翁

---

04 你的孩子怎麼樣？

Con bà thế nào?

關霸體鬧

我兒子已經讀大學了。

Con trai tôi đã học đại học rồi.

關摘堆打獲大獲瑞

---

05 最近很忙嗎？

Dạo này rất bận phải không?

造耐惹笨斐空

快過年了，挺忙的。

Gần Tết rồi, khá bận.

互跌瑞，卡笨

PART 1 交際應酬篇
PART 2 聊天閒談篇
PART 3 實際應用篇
PART 4 旅遊樂透篇
PART 5 交通工具篇
PART 6 逛街購物篇
PART 7 日常生活篇

06 你吃過了嗎？

Anh đã ăn chưa?

按打安遮

我剛剛吃過了。

Tôi vừa ăn xong.

堆握安松

07 你母親的病好了嗎？

Bệnh của mẹ anh đã lành chưa?

並果滅按打覽遮

好很多了，讓你多費心。

Đỡ rất nhiều rồi, làm anh phải bận tâm.

朵惹紐瑞，爛按斐笨登

08 祝你旅途愉快。

Chúc anh chuyến đi vui vẻ.

竹按卷低威也

我玩得很愉快。

Tôi chơi vui lắm.

堆追威藍

PART 1 交際應酬篇
PART 2 聊天閒談篇
PART 3 實際應用篇
PART 4 旅遊樂透篇
PART 5 交通工具篇
PART 6 逛街購物篇
PART 7 日常生活篇

補充句

很高興認識你。	Rất mừng được quen anh. 惹猛的王按
過得馬馬虎虎。	Cũng khá. 鞏喀
身體要多保重。	Phải giữ gìn sức khỏe nhé. 斐子怎蛇傀呢
我還沒吃飯。	Tôi vẫn chưa ăn cơm. 堆穩遮安跟
你父親有七十多歲了吧？	Ba anh đã bảy mươi mấy tuổi rồi chứ? 爸按拉北妹沒對瑞折
你父親身體真硬朗。	Cơ thể của ba anh thật tráng kiện. 歌體果爸按特長見
幫我向你母親問好。	Cho tôi gửi lời hỏi thăm mẹ anh. 遮堆軌類毀探滅按
代我問候你太太。	Cho tôi gửi lời hỏi thăm vợ anh. 桌堆軌類毀探握按

年齡
TUỔI TÁC
對達

情境會話

---

01 你今年幾歲了？

Anh năm nay bao nhiêu tuổi rồi?

按圖耐包扭對瑞

我今年二十五歲。

Năm nay tôi hai mươi lăm tuổi.

囡耐堆嗨妹籃對

---

02 你姊姊今年幾歲了？

Chị gái anh năm nay bao nhiêu tuổi rồi?

記改按圖耐包妞對瑞

她今年三十歲。

Năm nay chị ấy ba mươi tuổi.

囡耐記偉八妹對瑞

03 你弟弟今年幾歲了？

Em trai anh năm nay bao nhiêu tuổi rồi?

煙摘按因耐包妞對瑞

他今年二十歲。

Năm nay nó hai mươi tuổi.

因耐挪嗨妹對

04 你兒子今年幾歲了？

Con trai anh năm nay mấy tuổi rồi?

關摘按因耐沒對瑞

他快七歲，要上小學了。

Nó sắp bảy tuổi, phải học tiểu học rồi.

挪啥北對，斐獲屌獲瑞

05 你女兒幾歲了？

Con gái anh mấy tuổi rồi ?

關改按沒對瑞

她今年十五歲。

Nó năm nay mười lăm tuổi.

挪因耐妹藍對

PART 1 交際應酬篇

PART 2 聊天閒談篇

PART 3 實際應用篇

PART 4 旅遊樂透篇

PART 5 交通工具篇

PART 6 逛街購物篇

PART 7 日常生活篇

06 你爺爺今年幾歲了？

Ông nội anh năm nay bao nhiêu tuổi rồi?

翁內按図耐包妞對瑞

要過七十歲生日了。

Sắp đến sinh nhật lần thứ bảy mươi rồi.

啥點興呢楞圖北妹瑞

補充句

你結婚時幾歲？	Anh lập gia đình lúc bao nhiêu tuổi?
	按樂匝定盧包妞對
我和哥哥差兩歲。	Tôi và anh trai cách nhau hai tuổi.
	堆法按摘軋鬧嗨對
我哥哥今年二十八歲。	Anh trai tôi năm nay hai mươi tám tuổi.
	按摘堆図耐嗨妹膽對

我爸爸今年六十歲。	Ba tôi năm nay sáu mươi tuổi. 爸堆因耐掃妹對
我妹妹小我五歲。	Em gái tôi nhỏ hơn tôi năm tuổi. 煙改對諾昏堆因對
我奶奶要過八十大壽。	Bà nội tôi sắp mừng thọ tám mươi tuổi. 霸內堆啥夢拓膽妹對

越南旅遊豆知識

黑婆山廟會與中秋節

　　廟會的由來是因為從前有一位官吏的女兒名叫亞應，不願嫁給另一個官吏的兒子為妻，她信奉佛教，跑到黑婆山去修行，終老一生，後來被稱為聖地。之後春節的時候，大家就會一起到此地舉行黑婆山廟會，希望能獲得福報與財富。

　　而說到中秋節，我們有嫦娥奔月的故事，越南也有屬於他們的傳說，有一個名叫阿貴的人，因為沒有聽從仙人指示，居然用髒水澆仙樹，於是就被罰跟著仙樹一起到月宮去了。而我們是元宵提燈，越南人是中秋節點燈喔！也是傳說古時有鯉魚精晝伏夜出，害人不淺，但是牠害怕明亮的火光，所以大家掛起燦爛的燈火驅邪，如今看來還別有一番趣味。

介紹

GIỚI THIỆU

則跳

 MP3-5

情境會話

---

01 請問您貴姓？

Xin hỏi Bà họ gì?

新毀霸或記

我姓陳。

Tôi họ Trần.

堆或鎮

---

02 你叫什麼名字？

Bà tên là gì ạ?

霸顛辣記阿

我叫陳雪。

Tên tôi là Trần Tuyết.

顛堆辣鎮對

PART 1 交際應酬篇
PART 2 聊天閒談篇
PART 3 實際應用篇
PART 4 旅遊樂透篇
PART 5 交通工具篇
PART 6 逛街購物篇
PART 7 日常生活篇

03 阮文先生，久仰大名了。

Ông Nguyễn Văn, nghe danh ông đã lâu.

翁遠灣，耶簪翁打摟

這是我的名片，請多指教。

Đây là danh thiếp của tôi, rất mong được

nhiều chỉ bảo.

帶賴簪帖果堆，熱矇的有幾保

04 請問一下，那位是什麼人？

Xin cho hỏi, người đó là ai vậy?

新左毀，仍奪辣唉崖

他是黎經理，是我的同事。

Ông ấy là giám đốc Lê, là đồng sự của tôi.

翁偉辣咱讀列，辣動時果堆

05 我們好像以前有見過？

Hình như trước đây chúng ta có gặp nhau rồi?

哼呢折帶種搭國尬要瑞

你記性真好，我也想起來了。

Trí nhớ của ông tốt thật, tôi cũng nhớ ra rồi.

及呢果翁奪特，堆鞏呢匜瑞

06 聽說你是華僑？

Nghe nói cô là Hoa kiều?

耶挪姑辣花夠

沒錯，我是廣東人。

Không sai, tôi là người Quảng đông.

空塞，堆辣位廣東

07 你的越南語說得很好。

Cô nói tiếng Việt rất giỏi.

姑挪頂越熱嘴

我從小在胡志明市長大。

Tôi từ nhỏ ở thành phố Hồ Chí Minh tới lớn.

堆等唷兒坦佛火及門得樂

08 要怎樣稱呼您呢？

Làm sao xưng hô với cô đây?

覽燒生火唷姑賴

我姓張，名字是瑪麗。

Tôi họ Trương, tên tôi là Mã Lệ.

堆或庄，顛堆辣瑪麗

PART 1 交際應酬篇
PART 2 聊天閒談篇
PART 3 實際應用篇
PART 4 旅遊樂透篇
PART 5 交通工具篇
PART 6 逛街購物篇
PART 7 日常生活篇

09 瑪麗給我們介紹一下，這位是誰啊？

Mã Lệ giới thiệu cho chúng tôi biết, người này là ai vậy?

瑪麗則跳桌種堆並，仍耐辣唉位

這是我的表妹，叫黎玉梅。

Đây là em gái họ của tôi, tên là Lê Ngọc Mai.

帶辣煙改或果堆，顛辣列握買

10 你做什麼工作？

Cô làm nghề gì?

姑爛業記

我在美商公司做事。

Tôi làm việc tại công ty của Mỹ.

堆爛月帶工低果米

11 那挺好的，你的能力很強。

Vậy quá tốt, cô rất có tài năng.

位寡奪，姑熱國歹囊

公司待遇還算不錯。

Đãi ngộ của công ty cũng khá lắm.

待握果工低共喀覽

12 你是哪裡人？

Ông là người ở đâu?

翁辣位噁都

我是台灣人。

Tôi là người Đài-Loan.

堆辣位帶彎

13 **這是我第一次來越南。**

Đây là lần đầu tiên tôi đến Việt-Nam.

帶辣楞豆顛堆點越南

歡迎你來越南。

Hoan nghênh ông đến Việt-Nam.

荒然翁點越南

14 **你還要去哪裡玩？**

Ông còn muốn đi đâu chơi nữa?

翁慣門低都追挪

我還要去河內、順化。

Tôi còn muốn đi Hà-Nội, Huế.

堆慣門低哈內，回

PART 1　交際應酬篇

PART 2　聊天閒談篇

PART 3　實際應用篇

PART 4　旅遊樂透篇

PART 5　交通工具篇

PART 6　逛街購物篇

PART 7　日常生活篇

15 這位是張瑪麗小姐。

Đây là cô Trương Mã Lệ.

賴辣姑庄瑪麗

很高興見到你。

Rất hân hạnh được gặp cô.

熱恨漢的尬姑

16 我希望你跟我家人見見面。

Tôi hy vọng ông và gia đình tôi gặp mặt.

堆黑望翁亞匝定堆染忙

這是我的榮幸。

Đây là vinh hạnh của tôi.

賴喇應漢骨堆

17 我想向你介紹一下黎玉梅小姐。

Tôi muốn giới thiệu với ông cô Lê Ngọc Mai.

堆門則跳偉翁姑列握買

黎小姐是哪裡人？

Cô Lê là người ở đâu?

姑列辣位噁都

18 你們是怎麼認識的？

Các anh quen nhau như thế nào?

軋按關鬧呢體鬧

我們是網友。

Chúng tôi là bạn qua internet.

種堆辣伴刮因的鎳

19 你從哪裡來的？

Anh từ đâu tới?

按度都得

我從日本來的。

Tôi từ Nhật-Bản tới.

堆度呢版得

20 你要停留多久？

Anh sẽ dừng(=ở)lại bao lâu?

按寫應（= 兒）賴包摟

我會待一個禮拜。

Tôi sẽ dừng(=ở)lại một tuần.

堆寫應（= 兒）賴莫頓

對不起，我沒聽清楚。	Xin lỗi, tôi nghe không rõ. 新壘，堆耶空若
請再說一遍，我聽不明白。	Làm ơn nhắc lại một lần, tôi nghe không hiểu. 爛恩拿賴莫楞，堆耶空好
對不起，你說什麼？	Xin lỗi, anh nói gì? 新壘，按挪記
對不起，能否請你說慢一點？	Xin lỗi, anh làm ơn nói chậm một chút được không? 新壘，按爛恩挪鎮莫竹的空
對不起，我說得太快了嗎？	Xin lỗi, tôi nói nhanh quá phải không? 新壘，堆挪囡寡乏空
這位是我們廠裡的黎經理。	Đây là giám đốc Lê của nhà máy chúng tôi. 賴辣咱讀列果那埋種堆

這位是台灣來的李先生。	Đây là ông Lý từ Đài-Loan đến. 賴辣翁黎度帶戀點
你好，很高興認識你。	Chào ông, Rất hân hạnh được quen ông. 照翁，仍恨漢的王翁
我幫你介紹一下，這是張瑪麗。	Tôi giới thiệu với ông một chút, đây là Trương Mã Lệ. 堆則跳偉翁莫竹，帶賴庄瑪麗
我來胡志明市已經五年了。	Tôi đến thành phố Hồ Chí Minh đã năm năm rồi. 堆點探佛獲級命打囡囡瑞
我從台灣來的。	Tôi từ Đài-Loan đến. 堆度帶戀點
我從中國來的。	Tôi từ Trung-Quốc đến. 堆度中國點

話題 ❺

稱謂

XƯNG HÔ

僧呼

 MP3-6

情境會話

⓵ 這位先生是誰？

Ông này là ai vậy?

翁乃辣唉崖

這是黎先生，他是我們公司的經理。

Đây là ông Lê, ông ấy là giám đốc công ty chúng

tôi.

帶辣翁列，翁偉辣咱讀工低種堆

⓶ 你家裡還有什麼人？

Nhà ông còn có ai không?

那翁果國唉空

有父母親、一個弟弟，和一位老祖母。

Có cha mẹ, một đứa em trai, và một bà nội.

國渣滅，莫稜煙摘，法莫霸內

03 這位小姐是誰？

Cô này là ai vậy?

姑乃辣唉崖

那是黎先生的女兒，今年 20 歲了。

Đó là con gái ông Lê, năm nay hai mươi tuổi rồi.

奪辣關改翁列，因耐嗨妹對瑞

04 黎小姐結婚了嗎？

Cô Lê đã lấy chồng chưa?

姑列打雷重遮

還沒結婚，在大學裡讀書。

Vẫn chưa lấy chồng, đang học đại học.

穩遮雷重，當獲大獲

05 是讀哪一所大學？

Học trường đại học nào?

獲正大獲鬧

聽說是讀越南師範大學。

Nghe nói học trường đại học sư phạm Việt-Nam.

耶挪獲正大獲師範越南

06 阮先生結婚了嗎？

Ông Nguyễn lập gia đình chưa?

翁遠樂匹定遮

他去年結婚了。

Ông ấy năm ngoái lập gia đình rồi.

翁偉囡外樂匹定瑞

補充句

這是我鄰居阮太太。	Đây là bà Nguyễn hàng xóm của tôi.
	帶辣霸遠漢損果堆
這是我的房東阮先生。	Đây là ông Nguyễn chủ nhà của tôi.
	帶辣翁遠主那骨堆
這是我廠裡的工程師謝先生。	Đây là ông Tạ kỹ sư nhà máy tôi.
	帶辣翁大技師那埋堆

現在有沒有交男朋友？	Hiện nay có bạn trai không? 漢耐國伴摘空
張瑪麗是我的朋友。	Trương Mã Lệ là bạn của tôi. 庄瑪麗辣伴果堆
這是我男朋友。	Đây là bạn trai tôi. 帶辣伴摘堆
我沒有男朋友。	Tôi không có bạn trai. 堆空國伴摘
我沒有女朋友。	Tôi không có bạn gái. 堆空國伴改
有機會請幫我介紹男（女）朋友。	Có cơ hội xin giới thiệu giùm bạn trai (bạn gái) cho tôi. 國歌會身則跳永伴摘（伴改）桌堆
我妹妹在讀高中。	Em gái tôi đang học cao trung(cấp ba). 煙改堆當獲高中（格八）
我孫子在上小學了。	Cháu tôi đang học tiểu học rồi. 找堆當獲屌獲惹

PART 2 聊天閒談篇

TRANG NÓI CHUYỆN PHIẾM
張挪卷片

情境會話

---

01 你平常都做些什麼？

Thường ngày anh hay làm những việc gì?

痛奈按害爛能月記

我喜歡和朋友去打籃球、唱歌。

Tôi thích chơi bóng rổ, đi ca hát cùng bạn bè.

堆提追棒乳，低尬哈共伴鼈

---

02 你的興趣是什麼？

Sở thích của anh là gì?

捨提果按辣記

我喜歡看書、看電影、聽音樂。

Tôi thích đọc sách, xem phim, nghe nhạc.

堆提剁啥，先拼，耶納

03 你都看哪一類的書？

Anh hay đọc loại sách nào?

按害剁賴啥鬧

我喜歡看小說。

Tôi thích đọc tiểu thuyết.

堆提剁屄頹

04 你喜歡哪種類型的電影？

Anh thích xem loại phim nào?

按提先賴拼鬧

我喜歡愛情片和動作片。

Tôi thích xem phim tình cảm và phim hành động.

堆提先拼定感法拼撼動

05 放假時你都做什麼？

Được nghỉ anh hay làm gì?

的你按害爛記

我常去爬山、逛街。

Tôi thường đi leo núi, dạo phố.

堆痛低撩餒，造佛

06 你在看什麼？

Anh đang xem gì thế?

按當先記體

我在看服裝雜誌。

Tôi đang xem tạp chí thời trang.

堆當先大吉特張

07 我喜歡看日本的漫畫。

Tôi thích xem truyện tranh Nhật bản.

堆提先卷沾呢版

看漫畫很有趣。

Xem truyện tranh rất thú vị.

先卷沾熱鵝以

08 你常聽收音機嗎？

Anh có hay nghe đài phát thanh không?

按國害耶來仿貪空

我喜歡聽流行歌曲。

Tôi thích nghe nhạc Pop.

堆提耶納跛

09 你喜歡什麼樣的音樂？

Anh thích loại nhạc nào?

按提賴納鬧

我喜歡古典音樂。

Tôi thích nhạc cổ điển.

堆提納古典

10 你喜歡看什麼節目？

Anh thích xem chương trình gì?

造提先爭竟記

我喜歡看體育節目、新聞節目。

Tôi thích xem chương trình thể thao, chương trình thời sự.

堆提先爭竟體掏，爭竟特事

11 你平常有運動嗎？

Thường ngày anh có tập thể dục thể thao không?

痛奈按國旦體組體掏空

我常游泳、打網球。

Tôi hay bơi, chơi Tennis.

堆別背，追顛泥

12 你喜歡什麼體育活動？

Anh thích loại hình thể thao nào?

按提賴哼體掏鬧

打保齡球、慢跑、跳舞。

Chơi Bowling, chạy bộ, khiêu vũ.

追保齡，債步，靠舞

13 令尊平時都做些什麼活動？

Ba anh hàng ngày hay làm những hoạt động gì?

爸按航壤害覽能化動記

他喜歡釣魚、下棋。

Ông ấy thích câu cá, chơi cờ.

翁偉提溝軋，追各

14 令堂有什麼嗜好？

Mẹ anh có sở thích gì?

滅按國捨提記

我媽媽喜歡種花（園藝）。

Mẹ tôi thích trồng hoa(kỹ thuật làm vườn).

滅堆提重花（記拓爛問）

補充句

看書是很好的嗜好。	Đọc sách là sở thích rất tốt. 剎啥辣捨提熱奪
放假時和朋友去看電影、聽音樂會。	Lúc được nghỉ đi xem phim, xem ca nhạc với bạn bè. 盧的你低先拼，先嘎納偉伴彆
我父母都喜歡看電視。	Ba má(=Cha mẹ)tôi chỉ thích xem Tivi. 爸罵(= 扎滅）堆幾題先低威

在家裡看看電視、打發時間。	Ở nhà xem Tivi khuây thời gian. 噁那先低威虧特央
我最愛看電視轉播的球賽。	Tôi thích nhất xem thi đấu bóng đá chiếu trên tivi. 堆提呢先踢鬥繡打角真低威
我星期天帶孩子去逛公園。	Chủ nhật tôi đưa con đi dạo công viên. 主呢堆多關低造公鴛
我喜歡和朋友去逛街。	Tôi thích cùng bạn bè dạo phố. 堆提共伴弊造佛

越南旅遊豆知識

宗教、節日與禁忌

　　越南人的國教為佛教，約有兩千萬人篤信佛教，在南部則有少數人信奉天主教。越南的重要節日與我們大致相同，春節、清明、端午、中秋、重陽等，都是要盛大慶祝的日子，尤其是春節，大家見面都會握手、問好，或行擁抱禮。

　　越南與許多東南亞國家一樣，最不喜歡讓人摸頭頂，不要以為表示親暱就可以亂摸別人的頭。另外，越南人的禁忌數字為三，他們忌諱三個人合照，也不能連續幫三個人點煙，要多加注意。

家庭情況

TÌNH HÌNH GIA ĐÌNH

定哼匝定

 MP3-8

情境會話

---

01 你家裡有多少人？

Nhà anh có mấy người?

那按國沒位

我們兩夫妻，和一個孩子。

Hai vợ chồng tôi và một đứa con.

嗨握重堆法莫朵關

---

02 小孩是男的還是女的？

Con anh là trai hay gái?

關按辣摘害改

是個兒子。

Là con trai.

辣關摘

PART 1 交際應酬篇
PART 2 聊天閒談篇
PART 3 實際應用篇
PART 4 旅遊樂透篇
PART 5 交通工具篇
PART 6 逛街購物篇
PART 7 日常生活篇

03 你父母在哪兒工作？

Ba má(=Cha mẹ)anh làm việc ở đâu?

爸罵（= 扎滅）按爛月噁都

前年都退休了。

Năm kia đã về hưu rồi.

囡接打業揮瑞

04 你太太在哪兒工作？

Vợ anh làm việc ở đâu?

握按爛月噁都

她在百貨公司當店員。

Cô ấy làm nhân viên bán hàng ở bách hoá tổng hợp.

姑偉爛嫩冤辦沆噁百華懂賀

05 你們夫妻挺忙的。

Vợ chồng anh khá bận rộn.

握重按卡笨任

還好我父母現在白天幫忙帶孫子。

Cũng may hiện nay ban ngày ba má(=cha mẹ) tôi giữ con giúp.

鞏埋漢耐班奈爸罵（= 扎滅）堆營關族

06 你孩子多大了？

Con anh mấy tuổi rồi?

關按賣對瑞

今年六歲了，明年要上小學了。

Năm nay sáu tuổi, sang năm phải học tiểu học rồi.

因耐掃對，桑因斐獲屄獲瑞

---

07 他爺爺早上送他去上學，下午去接他回家。

Ông nội nó buổi sáng đưa nó đi học, buổi chiều đón nó về nhà.

翁內挪跛嗓多挪低獲，跛叫肫挪業那

你們三代同堂真好。

Nhà anh ba đời sống chung thật là tốt.

那按巴了送中疼喇惰

---

08 你姊姊結婚了嗎？

Chị gái anh lấy chồng chưa?

記改按雷重遮

她年底要結婚。

Cuối năm chị ấy lấy chồng.

貴因記偉雷重

09 你在家裡排行第幾？

Anh là con thứ mấy trong nhà？

按辣關圖沒中那

我排行第二。

Tôi là con thứ hai.

堆辣關圖嗨

 補充句

你家裡有幾個人？	Nhà anh có mấy người? 那按國沒位
我家有五個人。	Nhà tôi có năm người. 那堆國因位
我和父母一起住。	Tôi ở cùng ba má(=cha mẹ). 堆悚共爸罵（= 扎滅）
我妹妹已經出嫁了。	Em gái tôi đã lấy chồng rồi. 煙改堆打雷重瑞

PART 1 交際應酬篇

PART 2 聊天閒談篇

PART 3 實際應用篇

PART 4 旅遊樂透篇

PART 5 交通工具篇

PART 6 逛街購物篇

PART 7 日常生活篇

我還沒結婚。	Tôi còn chưa lập gia đình. 堆慣遮樂匝定
我排行老大。	Tôi là con cả. 堆辣關嘎
我有一個弟弟和兩個妹妹。	Tôi có một cậu em trai và hai cô em gái. 堆國莫夠煙摘法嗨姑煙改

越南旅遊豆知識

海上桂林下龍灣

　　在下龍灣有個傳說，從前曾有一條龍來到這個地方，為居民擋住了狂風巨浪，人們才能活了下來並安全地在此地居住，這條龍還產下了一群幼龍，於是當地人民把這裡取為「下龍灣」，又將附近的海灣命名為「拜子龍灣」。

　　下龍灣有許多天然的石灰岩小山峰，和大陸的桂林都屬於石灰溶岩地形，地貌極為特別，於是被稱之為「海上桂林」。下龍灣擁有上千座石島以及山洞，每個山洞各具姿態，如貞女洞洞長約兩公里，其內景觀美麗多變；棕鴿洞因從前有大量棕鴿來此築巢而定名，後來雖已難得看見鴿子蹤影，人們還是這樣稱呼它。在棕鴿洞可以坐擁特殊景色，要親身體驗才會知道喔！

住家

NƠI Ở

內噁

01 你家在哪裡？

Nhà anh ở đâu?

那按噁都

我家在胡志明市。

Nhà tôi ở thành phố Hồ Chí Minh.

那堆噁探佛獲級命

---

02 你來越南住在哪裡？

Đến Việt-Nam anh ở đâu?

點越南按噁都

我住在胡志明市。

Tôi ở thành phố Hồ Chí Minh.

堆噁探佛獲級命

03 你住在什麼地方？

Anh ở chỗ nào?

按噁主鬧

我住在飯店裡。

Tôi ở khách sạn.

堆噁卡散

04 你現在住哪裡？

Hiện giờ anh ở đâu?

漢唷按噁都

我住在親戚家裡。

Tôi ở nhà người bà con.

堆噁那位霸關

05 你自己住，還是和家人住？

Anh ở một mình, hay là ở cùng gia đình?

按兒莫命，害辣兒共匝定

我和父母一起住。

Tôi ở cùng ba má(=cha mẹ).

堆兒共爸罵(= 扎滅）

PART 1 交際應酬篇

PART 2 聊天閒談篇

PART 3 實際應用篇

PART 4 旅遊樂透篇

PART 5 交通工具篇

PART 6 逛街購物篇

PART 7 日常生活篇

06 你有地方住嗎？

Anh có chỗ ở không?

按國主噁空

我住在公司的宿舍。

Tôi ở ký túc xá của công ty.

堆噁記讀灑果工低

補充句

我家在胡志明市。	Nhà tôi ở thành phố Hồ Chí Minh. 那堆噁探佛獲級命
我家在台灣台北。	Nhà tôi ở Đài-Bắc - Đài-Loan. 那堆噁帶拔帶戀
我住在自由路，有空來我家玩。	Tôi sống ở đường Tự do, có rảnh đến nhà tôi chơi. 堆悚噁瞪度租，過染點那堆追

我家離火車站很近。	Nhà tôi ở ngay gần ga xe lửa. 那堆噁耐互尬些裸
我家隔壁就是公園，環境很好。	Kế bên nhà tôi là công viên, môi trường rất tốt. 解邊那堆辣公鴛，妹正熱奪
我家旁邊是大馬路很吵。	Kế bên nhà tôi là đường cái rất ồn ào. 解邊那堆辣瞪蓋熱問傲
我住在公寓。	Tôi ở chung cư. 堆噁中姑
我家是獨棟的兩層樓房。	Nhà tôi là nhà riêng hai tầng. 那堆辣那扔嗨瞪
我家的房子很小。	Nhà chúng tôi rất nhỏ. 那重堆熱諾
我家的房子是租的。	Nhà chúng tôi là nhà đi thuê. 那重堆辣那低推

PART 1 交際應酬篇
PART 2 聊天閒談篇
PART 3 實際應用篇
PART 4 旅遊樂透篇
PART 5 交通工具篇
PART 6 逛街購物篇
PART 7 日常生活篇

生活習慣

THÓI QUEN SINH HOẠT

陀慣興化

 MP3-10

情境會話

---

01 你每天幾點睡？

Hàng ngày mấy giờ anh ngủ?

沆奈沒仄按努

大概十一點左右。

Khoảng mười một giờ.

況妹莫仄

---

02 你早上都幾點起床？

Buổi sáng anh thường ngủ dậy lúc mấy giờ?

跛嗓按痛努在盧沒仄

一般是六點半起床。

Thường là sáu giờ rưỡi ngủ dậy.

騰辣掃仄蕊努在

PART 1 交際應酬篇

PART 2 聊天閒談篇

PART 3 實際應用篇

PART 4 旅遊樂透篇

PART 5 交通工具篇

PART 6 逛街購物篇

PART 7 日常生活篇

03 你平常睡得好嗎？

Anh thường hay ngủ ngon không?

按騰嗨努灣空

還不錯，很少失眠。

Cũng được, rất ít mất ngủ.

鞏冷，熱宜麼努

04 你幾點上班？

Mấy giờ anh đi làm?

沒仄按勒爛

我八點半上班，七點半就要出門了。

Tám giờ rưỡi tôi đi làm, bảy giờ rưỡi là phải rời khỏi nhà rồi.

膽仄蕊堆勒爛，北仄蕊辣斐熱傀那瑞

05 你幾點下班？

Mấy giờ anh tan sở?

沒仄按當舍

我五點半下班。

Năm giờ rưỡi tôi hết giờ làm.

囡仄蕊堆和仄爛

06 需要常加班嗎？

Có thường phải tăng ca không?

國疼斐當尬空

比較忙的時候才加班。

Khi nào bận lắm mới tăng ca.

科鬧崩覽沒當尬

07 你都怎麼去上班？

Anh thường đi làm bằng phương tiện gì?

按痛低爛棒方店記

我騎腳踏車，偶爾坐公車。

Tôi đi xe đạp, thỉnh thoảng đi xe buýt.

堆低些大，挺躺低些步一

PART 1 交際應酬篇

PART 2 聊天閒談篇

PART 3 實際應用篇

PART 4 旅遊樂透篇

PART 5 交通工具篇

PART 6 逛街購物篇

PART 7 日常生活篇

08 你開車上班嗎？

Anh lái xe hơi đi làm phải không?

按來些揮低爛斐空

開車要一個鐘頭。

Lái xe hơi phải mất một tiếng đồng hồ.

來些揮斐麼莫頂動戶

---

09 你早點都吃些什麼？

Bữa sáng anh thường ăn gì?

跛嗓按痛安記

早上在家裡吃些麵包、牛奶。

Buổi sáng tôi ăn một chút bánh mì, sữa bò ở nhà.

跛嗓堆安莫竹綁密，捨播噁那

---

10 你午飯都吃些什麼？

Bữa trưa anh thường ăn gì?

跛遮按痛安記

我自己帶便當。

Tôi tự đem theo cơm hộp.

堆度顛挑跟貨

11 你晚飯回家吃嗎？

Bữa tối anh về nhà ăn cơm phải không?

跛對按業那安跟斐空

我回家和父母一起吃。

Tôi về nhà ăn cùng ba mẹ.

堆業那安共吧滅

12 晚上在家裡做什麼？

Buổi tối ở nhà làm gì?

跛對噁那爛記

看電視或用電腦上網。

Xem tivi và dùng máy tính lên mạng internet.

先低威法縱埋頂楞忙因的鎳

補充句

我走路去上班。	Tôi đi bộ đi làm.
	堆低步低爛

我自己開車上班。	Tôi tự lái xe hơi đi làm 堆度來些揮低爛
我騎腳踏車上班。	Tôi đạp xe đạp đi làm 堆覽些大低爛
我坐公車上下班。	Tôi đi làm và ra về đều đáp xe buýt. 堆低爛法讓業柳爛些步
我坐捷運上下班。	Tôi đi làm và ra về đều đáp tàu điện ngầm. 堆低爛法讓業柳爛道電嫩
我丈夫開車接送我上下班。	Chồng tôi lái xe hơi đưa đón tôi đi làm. 重堆來些揮多盹堆低爛
早餐吃吐司、果汁。	Bữa sáng ăn bánh mì lạt, nước trái cây. 跛嗓按綁密辣，挪宅該
早餐吃生牛肉河粉。	Bữa sáng ăn phở bò tái. 跛嗓按否播歹

我家早上吃煎蛋、麵包、牛奶。	Buổi sáng nhà tôi ăn trứng chiên, bánh mì, sữa bò. 跛嗓那堆安正煎，綁密，捨播
我家早上吃稀飯（粥）。	Buổi sáng nhà tôi ăn cháo trắng(cháo). 跛嗓那堆按找漲（找）
我每天早上都去慢跑。	Mỗi sáng tôi đều chạy bộ. 每嗓堆掉債步

越南旅遊豆知識

越南的芭達雅—頭頓

　　三面被海環抱的頭頓，亦是著名的避暑海灘區，有越南芭達雅之稱，長長的海灘分為前灘、中灘和後灘，前灘有許多可愛小店；中灘有著椰樹羅列的自然景緻；後灘則是可以享受海邊風光、親近大海的好地方，想要大啖海鮮也沒問題。

　　桑樹灘是很多人喜歡涉足之地，雖然不大卻是小而美的海灘，附近的迎風嶺、觀音廟等都是有名的景點。另外鯨魚廟也是一定要去的，裡頭有一長達28公尺的鯨魚骨，據説此廟的由來，是因為牠為了保護頭頓漁民以致失去性命，所以當地人都十分地尊敬牠。

話題 **5**

工作

CÔNG VIỆC

工月

 MP3-11

情境會話

---

01 你在什麼公司工作？

Anh đang làm việc ở công ty nào?

安當爛月噁工低鬧

我在東方公司做事。

Tôi làm việc ở công ty Đông Phương.

堆爛影噁工低東方

---

02 你做哪方面的工作？

Anh làm công việc thuộc lĩnh vực nào?

按爛工月拓領握鬧

我是做銷售員。

Tôi là nhân viên sales.

堆喇嫩冤稍史

03 貴公司生產什麼產品？

Quý công ty sản xuất sản phẩm gì?

軌工低散所散粉記

我們主要生產成衣。

Chúng tôi chủ yếu sản xuất quần áo may sẵn.

重堆主要散所棍熬埋散

04 最近工作順利嗎？

Dạo này công việc thuận lợi không?

造耐工月褪類空

還好，但是最近很忙。

Cũng tạm, nhưng dạo này rất bận.

鞏但，能造耐熱笨

05 生意還不錯，有很多訂單。

Làm ăn cũng được, có rất nhiều đơn đặt hàng.

爛安鞏的，國熱紐單大沆

那一定可以領到不少獎金。

Vậy nhất định được lĩnh không ít tiền thưởng.

位呢定的領空宜店疼

PART 1 交際應酬篇

PART 2 聊天閒談篇

PART 3 實際應用篇

PART 4 旅遊樂透篇

PART 5 交通工具篇

PART 6 逛街購物篇

PART 7 日常生活篇

06 你需要常出差嗎？

Anh hay phải đi công tác không?

按害斐低工達空

幾乎每個月都要出差。

Dường như tháng nào cũng phải đi công tác.

英呢糖鬧鞏斐低工達

補充句

我在一家公司做會計。	Tôi làm kế toán ở một công ty. 堆爛節短噁莫工低
我的職業是護士。	Tôi làm nghề y tá. 堆爛業一達
我是電腦工程師。	Tôi là kỹ sư vi tính. 堆辣技師一登
我是郵差。	Tôi là nhân viên đưa thư. 堆辣嫩冤多禿

我太太是小學老師。	Vợ tôi là giáo viên tiểu học. 握堆辣早冤屌獲
我爸爸在當醫生。	Ba tôi đang làm bác sĩ. 爸堆當爛拔洗
我是大學生。	Tôi là sinh viên. 堆辣興鴛
我畢業後想當老師。	Sau khi tốt nghiệp tôi muốn làm giáo viên. 艘科奪業堆門爛早冤

越南旅遊豆知識

笠帽風情

　　說起越南人，大部分人忍不住浮現腦海的應該是一個個穿著黃色開叉長衫、長褲，以及頭上戴個斗笠的模樣，這頂「笠帽」真可說是越南人的「正字標記」。據說笠帽是為了因應古時蓄留長髮的農民農作方便而出現的，而其圓錐造型能適應各種頭型，後來則成了越南男女老少都不可少的必需品。

　　越南的笠帽是由竹子和草編織而成，輕便又防曬、防雨，現在則成了到訪的觀光客喜愛購買的紀念品，笠帽除了有實用的功能，現在又多了觀光與藝術的價值。

PART 1 交際應酬篇
PART 2 聊天閒談篇
PART 3 實際應用篇
PART 4 旅遊樂透篇
PART 5 交通工具篇
PART 6 逛街購物篇
PART 7 日常生活篇

話題 ❻

學校

TRƯỜNG HỌC

正獲

MP3-12

情境會話

01 你在哪裡唸書？

Anh học ở đâu?

按獲噁都

我在越南師範大學唸書。

Tôi học ở trường đại học sư phạm Việt nam.

堆獲噁正大獲師範越南

02 你唸什麼科系？

Anh học khoa nào?

按獲誇鬧

我唸英文系。

Tôi học khoa Anh văn.

堆獲誇按灣

03 你的英語一定說的很好。

Chắc chắn anh nói tiếng Anh rất giỏi.

炸展按挪頂按熱嘴

還算可以。

Cũng tạm được.

鞏但的

04 現在幾年級了？

Hiện nay lớp mấy rồi?

漢耐樂沒瑞

我唸四年級了。

Tôi học lớp bốn rồi.

堆獲樂播瑞

05 一個星期要上幾節課？

Một tuần phải học mấy tiết học?

莫頓斐獲沒跌獲

一天大概要上六節課。

Một ngày phải học khoảng sáu tiết học.

莫奈斐獲況掃跌獲

PART 1 交際應酬篇

PART 2 聊天閒談篇

PART 3 實際應用篇

PART 4 旅遊樂透篇

PART 5 交通工具篇

PART 6 逛街購物篇

PART 7 日常生活篇

06 **快要考試了吧？**

Sắp thi rồi phải không?

啥踢瑞斐空

明天要考試。

Ngày mai phải thi.

奈埋斐踢

07 **每天都要熬夜唸書。**

Ngày nào cũng phải thức khuya học bài.

奈鬧鞏斐特虧獲敗

真辛苦，身體也要顧好。

Vất vả quá, cũng phải giữ gìn sức khỏe.

文雅寡，鞏斐子怎蛇傀

08 **下一堂是什麼課？**

Tiết sau là môn gì?

跌艘辣悶記

第二堂是電腦課。

Tiết thứ hai là môn vi tính.

跌圖嗨辣悶一登

09 沒上課時都做些什麼？

Lúc không đi học thường làm gì?

盧空低獲痛爛記

和同學打打球，或去圖書館看書、做作業。

Cùng bạn bè chơi bóng, hoặc đến thư viện đọc sách, làm bài tập.

共伴弊追繡，化點禿院剁啥，爛敗的

我上個月開始學中文。	Tháng trước tôi bắt đầu học Trung văn.
	糖折堆拔鬥獲中灣
我現在在學日語。	Hiện nay tôi đang học tiếng Nhật.
	漢耐堆當獲頂呢
我考上大學了。	Tôi thi đậu đại học rồi.
	堆踢鬥大獲瑞

老師教學很嚴格。	Giáo viên dạy học rất nghiêm khắc. 早冤在獲熱冤卡
英文科考試得八十分。	Khoa Anh văn thi được tám mươi điểm. 跨按灣踢的膽妹點
快要畢業了吧？	Sắp tốt nghiệp chưa? 啥奪業遮
什麼時候放暑假？	Khi nào nghỉ hè? 科鬧你賀
快要放假了吧？	Sắp được nghỉ chưa? 啥的你遮
可以借我筆記嗎？	Có thể cho tôi mượn sổ ghi chép không? 國體桌堆悶所給節空
我要到美國留學。	Tôi muốn đi Mỹ du học. 堆門低米租獲

PART 1 交際應酬篇

PART 2 聊天閒談篇

PART 3 實際應用篇

PART 4 旅遊樂透篇

PART 5 交通工具篇

PART 6 逛街購物篇

PART 7 日常生活篇

天氣
THỜI TIẾT
特跌

 MP3-13

情境會話

---

01 越南的氣候特色是怎樣？

Đặc sắc khí hậu của Việt-Nam thế nào?

大上殼後果越南體鬧

南越全年氣候炎熱，分乾季和雨季。

Miền nam Việt-Nam quanh năm khí hậu

nóng nực, chia thành mùa khô và mùa mưa.

面因越南光因殼後弄能，接探莫枯法莫麼

---

02 最近的天氣怎麼樣？

Gần đây thời tiết ra sao?

互帶特跌匝艘

外面天氣很熱。

Bên ngoài thời tiết rất nóng.

邊外特跌熱濃

PART 1 交際應酬篇

PART 2 聊天閒談篇

PART 3 實際應用篇

PART 4 旅遊樂透篇

PART 5 交通工具篇

PART 6 逛街購物篇

PART 7 日常生活篇

03 氣象報告怎麼說？

Dự báo thời tiết nói sao?

字電特跌挪艘

最近有颱風來。

Gần đây sẽ có bão.

仍賴寫國寶

04 冬天會下雪嗎？

Mùa đông có mưa tuyết không?

莫冬國夢對空

越南不會下雪。

Việt nam không có mưa tuyết.

越南空國夢對

05 你習慣越南的天氣嗎？

Anh có quen thời tiết Việt-Nam không?

按國慣特跌越南空

和台灣的夏天天氣很像。

Rất giống thời tiết mùa hè của Đài-Loan.

熱總特跌莫賀果帶彎

06 好像要下雨了？

Hình như sắp mưa rồi?

哼呢啥摸瑞

現在進入雨季了。

Bây giờ đã vào mùa mưa rồi.

背仄打要莫摸瑞

07 台灣的天氣怎麼樣？

Thời tiết của Đài-Loan thế nào?

特跌果帶戀體鬧

冬天寒流來時，氣溫會降到十幾度。

Mùa đông khi có đợt khí lạnh, nhiệt độ sẽ giảm xuống tới mười mấy độ.

莫冬科國的殼浪，鎳度寫攢悚得妹沒度

08 這幾天的天氣怎麼樣？

Mấy hôm nay thời tiết như thế nào?

沒昏耐特跌呢體鬧

可能會下雨，等會兒出門記得帶傘。

Có lẽ sẽ mưa, lát nữa đi ra ngoài nhớ mang theo cây dù.

國倆寫摸，剌挪低匝外呢忙挑該租

---

09 今天的氣溫多少度？

Nhiệt độ hôm nay bao nhiêu độ?

鎳度昏耐包妞度

最高溫度是三十七度。

Nhiệt độ cao nhất là ba mươi bảy độ.

鎳度高呢辣八妹北度

---

10 今天的天氣怎麼樣？

Thời tiết hôm nay thế nào?

特跌昏耐體鬧

外面正在下雨。

Bên ngoài đang mưa.

邊外當摸

PART 1 交際應酬篇
PART 2 聊天閒談篇
PART 3 實際應用篇
PART 4 旅遊樂透篇
PART 5 交通工具篇
PART 6 逛街購物篇
PART 7 日常生活篇

補充句

今天很潮濕悶熱。	Hôm nay rất nóng nực ẩm ướt. 昏耐熱弄能穩額
外面在下大雨。	Bên ngoài đang mưa to. 邊外當摸多
外面在下毛毛雨。	Bên ngoài đang mưa phùn. 邊外當摸蘭風
外面已經放晴。	Bên ngoài đã hửng nắng. 邊外打哼囊
昨晚下了一個晚上的雨。	Tối hôm qua mưa suốt đêm. 對或刮摸送練
山上有點冷。	Trên núi hơi lạnh. 真餒揮浪
我喜歡溫暖的天氣。	Tôi thích thời tiết ấm áp. 堆提特跌溫雅
夏天會有颱風。	Mùa hè sẽ có bão. 莫賀寫國寶

天氣轉涼了。	Thời tiết chuyển mát rồi. 特跌轉麻瑞
明天可能會下雨。	Ngày mai có lẽ sẽ mưa. 奈埋國俩寫摸

越南旅遊豆知識

越南國服—長衫

　　如果對越南航空的空姐穿著有點印象的話，應該就會知道那些空姐身上的衣服就是越南的國服—長衫，這種衣服通常是以質料輕盈柔軟的布料裁剪而成，有些類似中國的旗袍，但是自腰部以下開衩做成褲裝。上半身剪裁合身，腰部的高衩較寬，搭配寬鬆的喇叭型褲管，使穿著國服的越南女子走起路來搖曳生姿。

　　由於受到西方近代文化以及一九四五年的革命影響，使得越南國服反而逐漸失去蹤跡。但近年來越南政府開始鼓勵婦女穿著國服，也規定國中以上的女學生制服必須穿著越南國服，現在旅客在越南的街道上，又能親眼目睹越南國服的清新風采了。

河內有三粉

　　到越南要品嚐的美食實在太多，這裡介紹河內的三種美味料理，有機會就一定要試試喔！第一個是雞粉，裡頭當然包括雞絲，還有肉絲、蔥絲、蛋絲、香菜絲、木耳絲等，再擠入酸酸甜甜的檸檬汁，口感可是妙得很！

　　再來是一定使用黃牛肉的牛肉粉，小小的黃牛肉塊添加特殊材料經過熬煮後，又有美味十足的牛肉湯頭，加上獨門調味料，那味道真是令人回味再三。還有螺螄粉亦是有名的一道美食，新鮮螺螄加上晶瑩爽口的細粉，辣椒一放，那香味可不是一般美食可比！雖然價錢不算便宜，但僅此一次也是非常值得的。

　　在河內的街頭不難找到這幾樣小吃，只要發現了大快朵頤一番吧！出國旅遊不就包括了大飽口福嗎？別錯過了才大嘆可惜喔！

PART 3 實際應用篇

TRANG ỨNG DỤNG THỰC TẾ
張瓷縱特底

拜訪
THĂM VIẾNG
探營

MP3-14

話題 ① 情境會話

---

01 外面是誰啊？

Ngoài kia là ai thế?

外接辣唉體

請問這是阮先生的家嗎？

Xin hỏi đây là nhà ông Nguyễn phải không?

新毀帶辣那翁遠斐空

---

02 你是哪一位找他？

Ai cần tìm ông ấy ạ?

唉互定翁偉阿

我姓張，和阮先生有約。

Tôi họ Trương, có hẹn với ông Nguyễn.

堆或庄，國恨偉翁遠

03 請你跟他說有一個叫張瑪麗的找他。

Xin bà nói giúp có người tên Trương Mã Lệ tìm ông ấy.

新霸挪族國位顛庄瑪麗定翁偉

請你稍等一下，他馬上就來。

Xin đợi một lát, ông ấy đến ngay.

新的莫剌，翁偉點耐

---

04 快請進來坐。

Xin mời vào nhà ngồi.

新妹要那位

不好意思，打攪了。

Xin lỗi, làm phiền quá.

新壘，爛片寡

---

05 請用茶跟點心。

Mời dùng trà và điểm tâm.

妹縱炸法點燈

謝謝，別麻煩了。

Cám ơn, làm phiền quá.

感恩，爛片寡

06 請問阮先生在家嗎？

Xin hỏi ông Nguyễn có ở nhà không?

新毀翁遠國兒那空

他去出差，要禮拜天才回來。

Ông ấy đi công tác, chủ nhật mới về.

翁偉低工達，住呢沒業

07 我幫你倒茶。

Để tôi rót trà mời ông.

底堆若炸妹翁

我自己來就好。

Để tôi được rồi.

底堆的瑞

08 真不巧，他剛才出去了。

Thật không may, ông ấy vừa đi ra ngoài rồi.

特空埋，翁偉握低匝外瑞

沒關係，我下次再來拜訪。

Không sao, lần sau tôi lại tới thăm.

空艘，楞艘堆賴對探

PART 1 交際應酬篇

PART 2 聊天閒談篇

PART 3 實際應用篇

PART 4 旅遊樂透篇

PART 5 交通工具篇

PART 6 逛街購物篇

PART 7 日常生活篇

09 要不要抽煙？

Muốn hút thuốc không?

門湖陀空

不用了，謝謝你。

Không cần, cám ơn anh.

空互，感恩按

---

10 時間不早了，我要先走了。

Muộn rồi , tôi phải đi thôi.

夢瑞，堆斐低脫

別急著走，留下來一起吃飯。

Đừng đi vội thế, ở lại cùng ăn cơm.

瞪低位體，噁賴共安跟

---

11 真不好意思，我晚上還有事，先告辭了。

Thật xin lỗi, buổi tối tôi còn có việc, xin cáo lỗi.

特新壘，跛對堆慣國月，新告壘

不要緊，下次有空再來。

Không sao, lần sau rảnh lại tới.

空艘，楞艘染賴得

⓬ 請留步，不要送了。

Xin dừng bước, khỏi đưa(=tiễn).

新縱伯，括稜（＝頂）

再見，慢走。

Tạm biệt, đi đường cẩn thận.

但弊，低瞪艮褪

補充句

是誰在外面敲門？	Ai đang gõ cửa bên ngoài đấy? 唉當國葛邊外歹
歡迎歡迎，請進來坐。	Hoan nghênh, mời vào ngồi. 荒仍，妹要位
你先坐一下，我去叫他。	Ông ngồi đây một lát, tôi đi gọi ông ấy. 翁位帶莫剌，堆低貴翁偉

這是一點小禮物，請收下。	Đây là chút quà mọn, xin nhận cho. 帶辣竹掛悶，新嫩桌
這是我從台灣帶來的茶葉。	Đây là trà tôi mang từ Đài-Loan về. 帶辣炸堆忙度帶戀也
我有空再來找他。	Lúc rảnh tôi tới tìm ông ấy sau. 盧染堆得定翁偉艘
他什麼時候才會回來？	Khi nào ông ấy mới về? 科鬧翁偉沒業
請進來坐坐，不用急著走。	Mời vào ngồi , đừng vội đi. 妹要位，瞪位低
別麻煩了，我坐一會兒就要走了。	Làm phiền quá, tôi ngồi một lát sẽ đi ngay. 爛片寡，堆位莫剌寫低耐
你家環境真好，光線好又寬敞。	Hoàn cảnh nhà bà tốt quá, vừa sáng sủa vừa rộng rãi. 還敢亞把惰娃，握嗓所握扔載

府上的裝潢真別緻，乾淨又整齊。	Trang trí trong nhà rất mới lạ(=khác thường), sạch sẽ lại ngăn nắp. 張及中那熱末拉(= 康疼)，散寫賴灣拿
你家院子種的花真漂亮，長得真好。	Hoa trồng trong vườn nhà bà đẹp quá, mọc rất tốt. 花重中問那霸典寡，莫熱奪
招待不周請見諒。	Tiếp đón không chu đáo xin thông cảm cho. 跌頓空朱倒新通敢左

PART 1 交際應酬篇

PART 2 聊天閒談篇

PART 3 實際應用篇

PART 4 旅遊樂透篇

PART 5 交通工具篇

PART 6 逛街購物篇

PART 7 日常生活篇

話題 ❷

電話

ĐIỆN THOẠI

電太

 MP3-15

情境會話

---

01 喂，我找阮先生。

Alô, cho tôi gặp ông Nguyễn.

阿路，桌堆尬翁遠

你哪裡要找他？

Cô ở đâu tìm ông ấy ạ?

姑噁都定翁偉阿

---

02 我是他同事張瑪麗。

Tôi là Trương Mã Lệ đồng sự của ông ấy.

堆辣庄瑪麗動世果翁偉

阮先生有事出去了。

Ông Nguyễn có việc đi ra ngoài rồi.

翁遠國月低匝外瑞

03 他不在，要晚上才回來。

Ông ấy không có ở nhà, buổi tối mới về.

翁偉空空噁那，跛對沒業

我晚上再打給他好了。

Buổi tối tôi gọi lại cho ông ấy vậy.

跛對堆貴賴桌翁偉位

04 喂，是黎小姐嗎？

A lô, là cô Lê phải không?

阿路，辣姑列斐空

我是，你是哪一位？

Tôi đây, cô là ai vậy?

堆帶，姑辣唉位

05 我是瑪麗，你怎麼聽不出我的聲音。

Tôi là Mã Lệ, cô không nhận ra tiếng tôi sao.

堆辣瑪麗，姑空嫩匝定堆稍

你的聲音太小，我聽不清楚。

Tiếng cô nhỏ quá, tôi nghe không rõ.

定姑諾寡，堆耶空若

06 李經理在不在？

Giám đốc Lý có đó không ạ?

咱讀黎國奪空阿

他現在有訪客，沒辦法接電話。

Hiện tại ông ấy đang tiếp khách, không nghe

điện thoại được.

漢帶翁偉當跌卡，空耶電太的

---

07 請找瑪麗聽電話。

Làm ơn kêu Mã Lệ nghe điện thoại.

爛恩夠瑪麗耶電太

抱歉，她現在正在講另一通電話。

Xin lỗi, cô ấy đang nói dây điện thoại khác.

新壘，姑偉當諾崖電太卡

---

08 喂，是東方貿易公司嗎？

Alô, có phải công ty thương mại Đông Phương

không?

阿路，國斐工低騰賣東方空

不是，你打錯了。

Không phải, anh gọi nhầm rồi.

空斐，按貴嫩瑞

09 東方公司您好。

Công ty Đông phương xin chào.

工低東方新照

請幫我轉銷售科。

Làm ơn chuyển giúp tôi phòng bán hàng.

爛恩捲族堆放辦汍

10 現在銷售科忙線中，請你等一下再打過來好嗎？

Đường dây phòng bán hàng bây giờ đang bận,

anh làm ơn một lát nữa gọi lại được không?

瞪哉放辦汍掰拜唷當笨，按爛恩莫剌挪貴賴的空

沒關係，我可以等。

Không sao, tôi đợi được.

空艘，堆對的

⓫ 請你叫張瑪麗來聽電話。

Nhờ cô gọi Trương Mã Lệ nghe điện thoại.

呢姑貴庄瑪麗耶電太

請稍等一下，我去叫她。

Xin đợi một chút, tôi đi gọi cô ấy.

新對莫竹，堆低貴姑偉

⓬ 我要找張瑪麗。

Tôi muốn gặp Trương Mã Lệ.

堆門尬庄瑪麗

她出去了，你需要留話嗎？

Cô ấy ra ngoài rồi, bà cần nhắn lại không?

姑偉匝外瑞，霸互難賴空

⓭ 我是她媽媽，等她回來請你轉告她，叫她打電話回家。

Tôi là mẹ nó, đợi nó về nhờ cô nhắn giúp nó, bảo nó gọi điện thoại về nhà.

堆辣滅挪，對挪業呢姑難族挪，保挪貴電太業那

沒問題，等她回來我會幫你轉告。

Không vấn đề gì, đợi cô ấy về tôi sẽ nhắn lại giúp bà.

空穩地記，對姑偉業堆寫難賴族霸

---

14 你有什麼要緊的事情嗎？

Anh có việc gì quan trọng không?

按國月記關重空

在電話裡說不清楚，我再找他好了。

Trong điện thoại không nói rõ được, tôi tìm gặp anh ấy sau vậy.

中電太空挪若的，堆定尬安偉艘位

---

15 我要找你們經理。

Tôi muốn gặp giám đốc của các anh.

堆門尬咱讀果軋按

經理出差去了，我轉給他的秘書來聽。

Giám đốc đi công tác rồi, tôi chuyển cho thư ký của ông ấy nghe.

咱讀低工達瑞，堆捲桌禿記果翁偉耶

PART 1 交際應酬篇
PART 2 聊天閒談篇
PART 3 實際應用篇
PART 4 旅遊樂透篇
PART 5 交通工具篇
PART 6 逛街購物篇
PART 7 日常生活篇

16 請問總統飯店的電話號碼是幾號？

Xin hỏi điện thoại của khách sạn President số mấy?

新毀電太果卡散迫日四瞪贖沒

我不知道，你打查號台問吧。

Tôi không biết, anh gọi tổng đài tra cứu điện thoại hỏi xem.

堆空別，按貴懂帶渣狗電太毀先

17 總統飯店，您好。

Khách sạn President xin chào.

卡散迫日四瞪新照

我要訂今天晚上的位子。

Tôi muốn đặt chỗ tối nay.

堆門大主對耐

18 好的，您要訂幾個人的位子？

Được ạ, ông muốn đặt chỗ cho mấy người.

的阿，翁門大主桌沒位

我要訂五個人的位子。

Tôi muốn đặt chỗ cho năm người.

堆門大主桌囡位

19 這裡可以打長途電話嗎？

Ở đây có thể gọi điện thoại đường dài không?

噁帶國體貴電太瞪在空

可以，這是直撥的。

Được ạ, ở đây trực tiếp gọi.

的阿，噁帶這得貴

20 你是打幾號？

Anh gọi số mấy?

按貴贖沒

對不起，我打錯了。

Xin lỗi, tôi gọi nhầm rồi.

新壘，堆貴嫩瑞

PART 1 交際應酬篇

PART 2 聊天閒談篇

PART 3 實際應用篇

PART 4 旅遊樂透篇

PART 5 交通工具篇

PART 6 逛街購物篇

PART 7 日常生活篇

21 我要找張瑪麗。

Tôi muốn tìm Trương Mã Lệ.

堆門定庄瑪麗

這裡沒有這個人。

Ở đây không có người này.

噁帶空國位耐

補充句

我就是。	Chính là tôi.
	警辣堆
請稍候。	Xin đợi một lát.
	新對莫剌
我該說是誰打來的呢？	Tôi phải nói là ai gọi tới đây ạ?
	堆斐挪辣唉貴得帶阿
李先生在家嗎？	Ông Lý có ở nhà không?
	翁黎國兒那空

瑪麗現在有空嗎？	Bây giờ Mã Lệ có rảnh không? 背仄瑪麗國染空
他馬上就來。	Anh ấy đến ngay. 按偉點耐
我去看看他是否有空。	Tôi đi xem anh ấy có rảnh không. 堆低先按偉國染空
我去看看他在不在。	Tôi đi xem anh ấy có ở đây không. 堆低先按偉國兒帶空
他現在不在位子上。	Anh ấy hiện giờ không có ở chỗ ngồi. 按偉漢唷空國噁主位
他出去吃午飯了。	Anh ấy đi ăn cơm trưa rồi. 按偉低安跟瑞
對不起，他有事外出了。	Xin lỗi, anh ấy có việc đi ra ngoài rồi. 新疊，按偉國月低匝外瑞

他大約一小時後回來。	Khoảng một tiếng đồng hồ sau anh ấy quay lại. 況莫頂龍活艘按偉乖賴
我不知道他什麼時候才會回來。	Tôi không biết khi nào anh ấy mới quay lại. 堆空別科鬧按偉沒乖賴
讓他回您電話好嗎？	Để anh ấy gọi lại cho ông được không? 底按偉貴賴桌翁得空
你知道他去哪裡嗎？	Cô biết anh ấy đi đâu không? 姑別按偉低都空
我這兒很吵，請你講大聲點。	Ở chỗ tôi rất ồn ào, anh làm ơn nói lớn tiếng một chút. 噁主堆熱問凹，按爛恩挪樂定莫竹
我聽不清楚。	Tôi nghe không rõ. 堆耶空若
能不能留話給他？	Có thể nhắn lại cho anh ấy được không? 國體難賴桌按偉的空

你的手機號碼是幾號？	Điện thoại di động của anh số mấy? 電太資動果按贖沒
你家電話號碼幾號？	Điện thoại nhà anh số mấy? 電太那按贖沒
我要打長途電話。	Tôi muốn gọi điện thoại đường dài. 堆門貴電太瞪在
我要打國際電話到台灣。	Tôi muốn gọi điện thoại quốc tế đến Đài-Loan. 堆門貴電太國底練帶彎
我要打對方付費的電話到台灣。	Tôi muốn gọi điện thoại đến Đài-Loan theo cách người nghe điện trả tiền. 堆門貴電太練帶彎挑軋位耶電眨店
我想要傳真。	Tôi muốn gửi fax. 堆門軌法
哪裡可以傳真？	Ở đâu có cho gửi fax. 噁都國左軌法

哪裡有公用電話？	Ở đâu có điện thoại công cộng? 噁都國電太公共
你在哪裡？	Anh đang ở đâu? 按當噁都

越南旅遊豆知識

胡志明市（西貢）－東方明珠今與昔

　　胡志明市，舊稱「西貢」，一九四五年越南為共產黨所佔領，共產黨將首都移往河內，而為了紀念越南國父，也是越南共產黨的領袖胡志明，所以就將西貢改名為「胡志明市」。

　　胡志明市不但是越南第一大城，也是世界各國進出越南的重要門戶，這顆燦爛的東方明珠曾經因為越戰而失色，但現在的胡志明市已經重拾往日風華，越來越多的五星級飯店與餐廳進駐，越來越多的觀光客到此遊覽，使得胡志明市的白天是人潮熙來攘往，晚上也依然霓紅閃爍、喧嘩熱鬧，儼然是座不夜城。

　　夜遊西貢河是各國觀光客最喜愛的餘興節目，而在西貢的水上餐廳用餐，不但能盡享美食，還能一覽美麗夜景，幾乎是所有觀光客到胡志明市必遊的行程。

約會

HẸN HÒ

恨火

 MP3-16

情境會話

01 今天晚上要不要去看電影？

Tối nay có muốn đi xem phim không?

對耐國門低先拼空

不行，今晚我有約會。

Không được, tối nay tôi có hẹn.

空的，對耐堆國恨

02 你什麼時候有空？

Khi nào anh có rảnh?

科鬧按過染

這幾天都沒空，過幾天看看。

Mấy bữa nay đều không rảnh, vài hôm nữa xem

sao.

沒跛耐掉空染，外昏挪先艘

03 你最近忙不忙？

Dạo này anh có bận không?

造耐按國笨空

最近很忙，我得加班。

Dạo này rất bận, tôi phải tăng ca.

造耐熱笨，堆斐當嘎

04 這個禮拜天有空嗎？

Chủ nhật tuần này có rảnh không?

主嫩頓耐國染空

你有什麼事情？

Anh có việc gì vậy?

按國月記位

05 星期天一起去郊遊，好不好？

Chủ nhật cùng đi chơi, được không?

主呢共低皮遮，的空

我們約什麼時間、地點見面？

Chúng ta hẹn thời gian, địa điểm gặp mặt thế nào?

重搭恨特簪，爹點尬罵體鬧

06 我們在哪裡碰面？

Chúng ta gặp nhau ở đâu?

種搭尬鬧噁都

明天早上八點在車站見。

Tám giờ sáng mai gặp ở ga xe lửa.

膽仄嗓埋尬噁尬些裸

07 我們全家要去烤肉。

Cả nhà tôi muốn đi nướng thịt.

尬那堆夢低能替

真好，我也很想去。

Hay quá, tôi cũng rất muốn đi.

害寡，堆鞏熱門低

08 要不要一起去唱卡拉 OK ？

Muốn cùng đi hát Karaoke không?

門共低哈卡拉 OK

太好了，大家一起去比較熱鬧。

Hay quá, chúng ta cùng đi thì náo nhiệt(=vui) hơn.

害寡，中大共低体鬧營 (= 威) 昏

09 晚上要不要去看舞蹈表演？

Buổi tối muốn đi xem biểu diễn múa không?

跛對門低先表怎磨空

我已經約阮太太去逛街。

Tôi đã hẹn bà Nguyễn đi dạo phố.

堆打恨霸遠低造佛

10 今天晚上要不要來我家吃飯？

Tối nay muốn tới nhà tôi ăn cơm không?

對耐門得那堆安跟空

那我就不客氣了。

Vậy tôi không khách sáo nữa.

位堆空卡掃挪

補充句

我想找你談事情。	Tôi muốn tìm anh bàn chút việc.
	堆門定案辦竹月

PART 1 交際應酬篇
PART 2 聊天閒談篇
PART 3 實際應用篇
PART 4 旅遊樂透篇
PART 5 交通工具篇
PART 6 逛街購物篇
PART 7 日常生活篇

我有兩張音樂會的票，要不要一起去？	Tôi có hai vé xem hòa nhạc, muốn đi cùng không? 堆國嗨爺先化納，門低共空
我想請你去聽歌劇。	Tôi muốn mời anh đi nghe ca kịch. 堆門妹按低耶嘎記
晚上要不要去看水上木偶戲？	Buổi tối muốn đi xem múa rối nước không? 跛對門低先磨瑞挪空
我拿到兩張演唱會的票。	Tôi lấy được hai vé xem biểu diễn ca nhạc. 堆雷的嗨爺先表怎嘎納
我想約你去看電影。	Tôi muốn hẹn anh đi xem phim. 堆門恨按低先拼
我們約七點在電影院門口見。	Chúng ta hẹn bảy giờ gặp ở cửa rạp chiếu phim. 種搭恨北仄尬噁葛染角拼
星期六一起去順化玩。	Thứ bảy cùng đi Huế chơi. 圖北共低回追

我約朋友去下龍灣玩。	Tôi hẹn bạn đi vịnh Hạ long chơi. 堆恨伴低影哈龍追
星期天上午八點我去接你，再去車站。	Tám giờ sáng chủ nhật tôi tới đón anh, sau đó tới bến xe. 膽仄嗓主呢堆得盹按，艘奪得扁些
週末去動物園玩吧？	Cuối tuần đi sở thú chơi nha? 軌頓低所圖追亞
今天玩得真愉快。	Hôm nay chơi vui quá. 昏耐追威寡
百貨公司最近有打折。	Dạo này công ty bách hóa đang giảm giá. 造耐公地百華當攢雜
要不要一起去喝下午茶？	Muốn cùng đi uống trà chiều không? 門共低瓮炸叫空
你的烹調手藝很好。	Tài nghệ nấu nướng của cô rất khá. 帶易獰能果姑熱卡
你做的炒米粉真好吃。	Món bún xào cô làm rất ngon. 門本燥姑爛熱灣

吃飯

ĂN CƠM

安跟

 MP3-17

情境會話

01 禮拜六晚上我請你吃飯，有空嗎？

Tối thứ bảy tôi mời anh ăn cơm, có rảnh không?

對圖北堆妹按安跟，國染空

不用了，讓你太破費了。

Thôi khỏi đi, làm anh tốn tiền quá.

推傀低，爛按頓頂寡

---

02 我請你去吃道地越南菜。

Tôi mời anh đi ăn món Việt-Nam chính cống.

堆妹按低安門越南竟共

謝謝你的邀請，那我就不客氣了。

Cám ơn lời mời của anh, vậy tôi không khách sáo nữa.

感恩類妹果按，位堆空卡掃挪

03 你喜歡吃越南菜嗎？

Anh thích ăn món Việt-Nam không?

按提安門越南空

我沒有吃過，很想試試。

Tôi chưa từng ăn, rất muốn thử xem.

堆遮瞪安，熱門土先

04 越南菜的特色是什麼？

Đặc sắc của món Việt-Nam là gì?

大啥果門越南辣記

越南菜酸酸辣辣辣的很好吃。

Món ăn Việt-Nam chua chua cay cay rất ngon.

門按越南桌桌該該熱灣

05 鴨仔蛋、羊肉爐、炸春捲是代表菜色。

Hột vịt lộn, lẩu dê, chả giò chiên là món tiêu biểu.

戶議論，簍資，假做煎辣門雕表

這家做的越南菜很道地。

Món Việt-Nam của nhà hàng này làm rất tuyệt.

門越南果那沆耐爛熱對

06 歡迎光臨，您有幾位？

Xin mời, các vị có mấy người?

新妹，軋位國沒位

我們有五個人。

Chúng tôi có năm người.

種堆國囡位

07 請介紹一下你們店的特色菜。

Hãy giới thiệu món đặc sắc của quí hiệu.

害則跳門大啥果位好

本店的特色菜是油炸皇帝魚（大象魚）、烤乳豬、咖哩雞。

Món đặc sắc của nhà hàng chúng tôi là cá bơn

(cá tai tượng) chiên xù, heo sữa quay, gà càri.

門大啥果那沆種堆辣軋奔（軋呆瞪）煎素，蒿捨乖，尬咖哩

08 今天有什麼冷盤小菜？

Hôm nay có món nguội ăn kèm gì?

昏耐國門位安互記

有泡菜、涼拌木瓜絲、海鮮沙拉。

Có kim chi, gỏi đu đủ, salát hải sản.

國金機，軌嘟賭，撒剌海散

09 你要喝什麼湯？

Anh muốn dùng canh gì?

按門縱乾記

要酸魚湯。

Cho canh cá chua.

桌乾軋桌

10 你們的菜要不要辣一點？

Đồ ăn của các vị có muốn cay một chút không?

度安果軋位國門該莫竹空

不要太辣。

Đừng cay quá.

瞪該寡

11 你想喝什麼飲料？

Anh muốn uống đồ uống gì?

按門瓮度瓮記

我要喝椰子汁。

Tôi muốn uống nước dừa.

堆門瓮挪仄

---

12 請問要喝什麼酒？

Xin hỏi cần dùng rượu gì?

新毀互縱肉記

幫我們開一瓶啤酒。

Mở giúp chúng tôi một chai bia.

抹族種堆莫摘憋

---

13 有吃飽嗎？要不要再叫別的菜？

Ăn có no không? Có cần gọi thêm món khác không?

安國諾空？國互貴添門卡空

這些菜就夠了。

Những món này là đủ rồi.

能門耐辣賭瑞

14 要不要再添一碗飯？

Có cần thêm một chén cơm nữa không?

國互添莫檢跟挪空

我已經吃得很飽了。

Tôi đã ăn rất no rồi.

堆打安熱諾瑞

15 這些菜合你的口味嗎？

Những món này có hợp khẩu vị của anh không?

能門耐國賀口味果按空

這些菜的味道很好。

Mấy món này rất ngon.

沒門耐熱灣

16 你的牛排要幾分熟？

Bít-tết bò của anh cần chín bao nhiêu phần trăm?

比碟播果按互僅包妞份沾

我要五分熟。

Tôi muốn chín năm mươi phần trăm.

堆門僅因妹份沾

17 你們要點什麼？

Các anh muốn gọi gì?

軋按門貴記

我們要兩個套餐。

Chúng tôi muốn gọi hai xuất theo thực đơn phần.

種對門貴嗨所挑特單份

18 你們吃完了嗎？

Các anh ăn xong chưa ạ?

軋按安松遮阿

吃完了。請拿帳單來。

Ăn xong rồi. xin mang hóa đơn tới.

安松瑞。身忙華單得

19 總共多少錢？

Tổng cộng bao nhiêu tiền?

懂共包妞店

總共是三萬五千盾。

Tổng cộng là ba mươi lăm ngàn đồng.

懂共辣八妹藍難動

PART 1 交際應酬篇

PART 2 聊天閒談篇

PART 3 實際應用篇

PART 4 旅遊樂透篇

PART 5 交通工具篇

PART 6 逛街購物篇

PART 7 日常生活篇

⑳ 你們還需要什麼東西嗎？

Các anh có cần gì nữa không?

軋按國互記挪空

還要胡椒粉和糖醋醬。

Còn cần tiêu bột và tương chua ngọt.

慣互雕播法登桌握

㉑ 請再給我另一支叉子。

Làm ơn cho tôi thêm một cây nĩa khác.

爛恩桌堆天末該鎳卡

我馬上拿來。

Tôi mang tới ngay.

堆忙得耐

補充句

我請你吃晚飯。	Tôi mời anh ăn tối.
	堆妹按安對

我請大家喝一杯。	Tôi mời mọi người uống một ly. 堆麼妹位翁莫哩
這家的菜口味很道地。	Thức ăn của nhà hàng này ngon và chính cống lắm. 疼骯果那沆耐若亞正共蘭
這家店很有名氣。	Tiệm này rất có tiếng. 店耐熱國頂
您有訂位嗎？	Ông có đặt chỗ không? 翁國大主空
兩位請跟我來。	Hai vị mời đi theo tôi. 嗨位妹勒挑堆
對不起，目前沒有空位，要再等半個小時左右。	Xin lỗi, hiện giờ không còn chỗ trống, phải đợi thêm khoảng nửa tiếng. 新疊，漢唷空慣主重，斐的添況諾頂
我要禁煙區。	Tôi cần khu cấm hút thuốc. 堆瓦枯瓦湖陀
請拿菜單給我們點菜。	Làm ơn mang thực đơn cho chúng tôi gọi món. 爛恩忙特單桌種堆貴門

這是菜單。	Đây là thực đơn. 帶辣特單
我要一份炒河粉。	Cho tôi một xuất phở xào. 桌堆莫所否臊
這家的烤龍蝦很好吃。	Món tôm hùm nướng của nhà hàng này rất ngon. 門蹲混能果那沆耐熱灣
再拿一瓶啤酒過來。	Lấy thêm một chai bia tới. 雷添莫摘憋得
請給我一杯咖啡。	Làm ơn cho tôi một ly cà phê. 爛恩桌堆莫哩尬非
請給我一杯茶。	Làm ơn cho tôi một ly trà. 爛恩桌堆莫哩炸
給我們兩杯冰開水。	Cho chúng tôi hai ly nước lạnh. 桌種堆嗨哩挪覽
請快一點。	Làm ơn nhanh một chút. 爛恩囡莫竹

你們有沒有辣椒醬？	Các anh có tương ớt không? 軋按國登額空
請拿蕃茄醬給我。	Làm ơn lấy cho tôi tương cà chua. 爛恩雷桌堆登尬桌
請拿一些餐巾紙給我。	Làm ơn lấy cho tôi một ít giấy ăn. 爛恩雷桌堆莫宜賊安
請拿吸管給我。	Làm ơn lấy ống hút cho tôi. 爛恩雷瓮湖桌堆
請拿煙灰缸給我。	Làm ơn lấy gạt tàn thuốc cho tôi. 爛恩雷尬但陀桌堆
我的叉子不小心掉在地上了。	Nĩa của tôi không may rớt xuống đất rồi. 鎳果堆空埋熱悚的瑞
我的咖啡要續杯。	Tôi muốn rót thêm càphê. 堆門若添尬非

糖粥、西米露、綠豆糕是道地的越南點心。	Chè đường, chè bột bán cốt dừa, bánh đậu xanh là món điểm tâm Việt nam chính cống. 界冷，界播辦股仄，綁豆餐辣門點燈越南竟共
飯後水果有紅龍果、鳳梨。	Trái cây tráng miệng có thanh long, trái thơm. 宅該派命國探龍，宅騰
為我們的合作乾杯。	Cụng ly mừng sự hợp tác của chúng ta. 共哩夢事賀達果種搭
很好吃，謝謝你的招待。	Rất ngon, cảm ơn sự tiếp đãi của anh. 熱灣，感恩事跌歹果按
不用客氣，多吃點。	Đừng khách sáo, ăn nhiều một chút. 瞪卡掃，安紐莫竹
不好意思，讓你破費了。	Ngại quá, làm anh tốn tiền rồi. 壞娃，覽安多頂若
小姐，我要結帳。	Cô ơi, tôi muốn tính tiền. 姑威，堆門登頂

PART 1 交際應酬篇
PART 2 聊天閒談篇
PART 3 實際應用篇
PART 4 旅遊樂透篇
PART 5 交通工具篇
PART 6 逛街購物篇
PART 7 日常生活篇

一共多少錢？	Tất cả bao nhiêu tiền? 的尬包妞店
我叫的菜還沒來。	Món tôi gọi vẫn chưa tới. 門堆貴穩遮得
我沒點這個菜。	Tôi không có gọi món này. 堆空過櫃門耐
這個打包，我要帶回去。	Cái này gói lại, tôi muốn mang về. 蓋耐軌賴，堆門忙業
這個金額有問題。	Tổng số tiền này có vấn đề. 懂贖店耐國穩地
請給我發票。	Làm ơn cho tôi hoá đơn. 爛恩桌堆華單
你們這兒有洗手間嗎？	Ở đây có nhà vệ sinh không? 噁帶國那衛星空
請問洗手間怎麼走？	Xin hỏi nhà vệ sinh đi lối nào? 新毀那衛星低雷鬧

休閒娛樂

VUI CHƠI GIẢI TRÍ

威追載及

 MP3-18

情境會話

---

01 這部電影很好看。

Bộ phim này rất hay.

部拼耐熱害

看的人真多，要排隊買票。

Người xem đông thật, phải xếp hàng mua vé.

位先東特，斐協沆摸爺

---

02 去哪裡看電影？

Đi đâu xem phim?

低都先拼

最近有什麼好看的電影？

Dạo này có phim gì hay?

造耐國拼記害

PART 1 交際應酬篇
PART 2 聊天閒談篇
PART 3 實際應用篇
PART 4 旅遊樂透篇
PART 5 交通工具篇
PART 6 逛街購物篇
PART 7 日常生活篇

03 我們的位子在哪裡？

Chỗ của chúng ta ở đâu?

主果種搭噁都

是七排的六、八座。

Số sáu, số tám của hàng ghế số bảy.

贖掃，贖單果沆給贖北

04 你經常去看電影嗎？

Anh hay đi xem phim không?

按害低先拼空

我很喜歡看電影。

Tôi rất thích xem phim.

堆熱提先拼

05 你星期天都做些什麼活動？

Chủ nhật anh thường làm hoạt động gì?

主呢按痛覽化動記

我去打高爾夫球。

Tôi đi chơi gôn.

堆低追棍

補充句

要不要買爆米花、可樂？	Có muốn mua bắp rang , cô-ca không? 過門摸拔讓，姑嘎空
這個位子看電影的角度不錯。	Góc độ xem phim của chỗ ngồi này không tồi. 國度先拼果主位耐空對
我很喜歡看民俗舞蹈。	Tôi rất thích xem múa dân gian. 堆熱提先磨怎簪
我們一起去看水上木偶戲。	Chúng ta cùng đi xem múa rối nước. 種搭共低先磨瑞挪
要不要一起去做 SPA？	Muốn cùng đi tắm xông hơi không? 門共低膽宋喝空

越南的門檻─廣寧省

從大陸到越南旅遊一定會經過廣寧省，由廣寧省管轄的芒街與大陸的廣西省相鄰，所以有點像是大陸人民到越南的門檻。廣寧省有許多好玩的地方，如下龍灣，除此之外像安子山也是可以走走的好去處，其上有座古廟「華安寺」，在與數個瀑布擦身之後就會看見，這還不是最高點，再往上爬就能夠俯瞰下龍灣的美景，饒富情味。

芒街裡的東南亞風情村算是最熱門的景點啦！除了具代表性的歌舞表演外，更有許多文物、標本、工藝品等著你去參觀呢！而芒街的六角形市場也是可以逛逛兼血拼的地方，不管吃的、用的、看的，這裡可是應有盡有。

除了逛街、瘋狂購物之外，如果想要到海邊走走，茶古海灘是最佳選擇，滿是白沙的沙灘以及天主教堂，都是人們喜愛流連的地方。

PART 4 旅遊樂透篇

TRANG THÚ VUI DU LỊCH
張圖威租力

觀光

THAM QUAN

探觀

 MP3-19

情境會話

---

01 你以前來過越南嗎？

Hồi trước anh có đến qua Việt-Nam chưa?

活正按過點娃越南遮

五年前來過一次。

Năm năm trước đã đến một lần.

囡囡折打點莫楞

---

02 你有到過哪裡玩？

Anh có đến qua những nơi nào chơi?

按過點娃營呢鬧追

我去過下龍灣、順化。

Tôi đã đi vịnh Hạ long, Huế.

堆打低影哈龍，回

---

03 胡志明市有什麼地方好玩？

Thành phố Hồ Chí Minh có chỗ nào thú vị ?

探佛獲級命國主鬧圖位

可以參觀紅教堂、古芝地道。

Có thể tham quan nhà thờ Đức bà, địa đạo Củ chi.

國體探觀那特得霸，爹到古蹟

04 有去看表演嗎？

Có đi xem biểu diễn không?

國低先表怎空

我看過水上木偶戲、傳統舞蹈表演。

Tôi đã xem múa rối nước, biểu diễn múa truyền thống.

堆打先磨瑞挪，表怎磨卷統

05 做全身按摩要多久？

Làm mát-sa toàn thân phải bao lâu?

爛麻撒斷吞斐包撺

約兩個鐘頭。

Khoảng hai tiếng đồng hồ.

況嗨頂龍火

PART 1 交際應酬篇

PART 2 聊天閒談篇

PART 3 實際應用篇

PART 4 旅遊樂透篇

PART 5 交通工具篇

PART 6 逛街購物篇

PART 7 日常生活篇

06 今天要去哪裡玩？

Hôm nay muốn đi đâu chơi?

昏耐門低都追

要去逛行桃街。

Tôi muốn đi dạo phố Hàng Đào.

堆門低造佛沆到

07 越南有哪些特色小吃？

Việt nam có những món quà vặt đặc biệt gì?

越南國能門掛訝大彆記

粉捲、炸魚餅、粽子都很好吃。

Bánh cuốn, chả cá, bánh chưng đều rất ngon.

綁棍，眨軋，綁爭掉熱灣

08 我下個月要去日本玩。

Tháng sau tôi sẽ đi Nhật bản chơi.

糖艘堆寫低呢版追

你是跟旅行社去，還是自己去？

Anh đi theo công ty du lịch, hay là tự mình đi?

按低挑公司租力，害辣度命低

09 你的臉曬得好黑。

Da mặt anh bị phơi nắng đen quá.

呀罵按必乏囊顛寡

因為禮拜天去海邊玩。

Tại vì chủ nhật tôi đi biển chơi.

帶位主呢堆低扁追

10 要不要去乘船遊西貢河？

Muốn đi thuyền ngắm sông Sài-Gòn không?

門低褪難松賽棍空

聽起來很好玩。

Nghe rất hấp dẫn.

耶熱很怎

11 胡志明市是越南的第一大城。

Thành phố Hồ Chí Minh là thành phổ lơn nhất của Việ-Nam.

探佛獲級命辣探佛輪呢果越南

沒錯，我正好可以帶你逛逛。

Đúng vậy, vừa đúng lúc tôi co thể đưa anh đi dạ chơi.

弄崖，影弄弄堆過帖愣安勒咬遮

12 海灘上很熱鬧，人好多。

Treên bãi biển rất nhộn nhịp, người rất đông.

真 扁熱嫩逆，位熱東

我們去玩玩水吧。

Chúng đi nghịch nước nhé.

中大低逆能拖

---

13 船票要在哪裡買？

Phải mua vé tàu ở đâu?

斐摸爺到噁都

就在那邊。

ở bên kia.

兒邊給

---

14 上船時間是什麼時候？

Thời gian lên tàn là maý giờ?

特簪楞到辣沒仄

三點。

Ba giờ

巴唷

名產
SẢN PHẨM NỔI TIẾNG
散粉餞頂

 MP3-20

情境會話

01 越南有什麼地方特產？

Việt-Nam có những nơi đặc sản gì?

越南國營呢朗賞以

像木雕、磨漆畫、煤雕。

Ví dụ như điêu khắc gỗ, tranh sơn mài, điêu khắc than.

偉組呢雕卡股，沾孫賣，調卡探

---

02 你買了什麼特產？

Anh mua được hàng đặc sản gì?

安摸的沆達上記

我有買笠帽、銀項鍊。

Tôi có mua nón lá, dây chuyền bạc.

堆國摸能剌，哉賺罷

03 這個木雕多少錢？

Bức điêu khắc gỗ này bao nhiêu tiền?

伯雕卡股耐包妞店

這個是十萬盾。

Cái này là một trăm ngàn đồng.

改耐辣莫沾難動

04 這個首飾盒要多少錢？

Hộp đựng đồ trang sức này phải bao nhiêu tiền?

戶瞪度張時耐斐包妞店

這個是五萬盾。

Cái này năm chục ngàn đồng.

改耐囷住難動

05 這個佛像要多少錢？

Bức tượng Phật này phải bao nhiêu tiền?

伯瞪份耐斐包妞店

這件是八萬盾。

Chiếc này tám chục ngàn đồng.

節耐膽住難動

PART 1 交際應酬篇

PART 2 聊天閒談篇

PART 3 實際應用篇

PART 4 旅遊樂透篇

PART 5 交通工具篇

PART 6 逛街購物篇

PART 7 日常生活篇

06 有賣什麼點心？

Có bán đồ điểm tâm gì?

國辦度點燈記

有香蕉餡餅、綠豆湯、糯米粽等。

Có bánh chuối, chè đậu xanh, bánh chưng.

國綁墜，界豆餐，綁爭

---

07 海灘附近有很多特產店。

Gần bãi biển có rất nhiều cửa hàng lưu niệm.

互百扁國熱扭葛汒留念

觀光客都會來這兒逛逛。

Khách du lịch thường đến đây tham quan.

卡租力痛點帶探觀

---

08 這家餐廳的烤龍蝦很有名。

Món tôm hùm nướng của nhà hàng này rất nổi tiếng.

門蹲混能果那汒耐熱餒頂

每天都有很多人排隊。

Ngày nào cũng có rất nhiều người xếp hàng.

奈鬧鞏國熱紐位協汒

09 兩人份的海鮮套餐要多少錢？

Hải sản theo thực đơn phần cho hai người phải

bao nhiêu tiền?

海散挑特單份桌嗨位斐包妞店

總共二萬元。

Tổng cộng hai chục ngàn.

懂共嗨住難

補充句

烤魷魚很好吃。	Mực nướng rất ngon.
	麼能熱灣
我要一碗牛肉河粉。	Cho tôi một tô phở bò.
	桌堆莫多否播
我要兩份炒米粉。	Cho tôi hai xuất bún xào.
	桌堆嗨所本膜
我有買貝殼和銀戒指。	Tôi có mua xa cừ và nhẫn bạc.
	堆國摸沙更法嫩罷

著名工藝品有民間畫、木雕。	Hàng mỹ nghệ nổi tiếng có tranh dân gian, điêu khắc gỗ.
	沆米易餒頂國沾怎簪，雕卡股
頭頓被稱做越南的芭達雅。	Vũng tàu được gọi là Pataya của Việt-Nam.
	湧到的貴辣巴達雅果越南
小姐穿長衣很好看。	Các cô gái mặc áo dài rất đẹp.
	軋姑改罵熬在熱典

越南旅遊豆知識

胡志明鞋

　　乍聽之下，你可能會以為這鞋是越南之父胡志明所發明的，不過事實上胡志明鞋是戰爭下的產物，這種鞋最早出現在胡志明領導對法國作戰時，因為當時許多越南軍民都利用法國軍隊所留下來的輪胎，製成塑膠的鞋子，耐用又方便，而且一毛錢也不必花，便成了風行一時的「國鞋」，「胡志明鞋」的稱謂也由之而來。

　　雖然現在經濟進步，舊時的「胡志明鞋」可說不復可見，但當地居民仍然喜歡穿著涼鞋就出門上街去。

住宿
Ở TRỌ
嗯這

 MP3-21

情境會話

---

01 還有空房間嗎？

Còn phòng trống không?

慣放種空

你要雙人房還是單人房？

Anh cần phòng đôi hay là phòng đơn?

按互放堆害辣放單

---

02 我要一間單人房，附浴室。

Tôi cần một phòng đơn có phòng tắm.

堆互莫放單國放膽

對不起已經住滿，沒空房了。

Xin lỗi đã hết phòng, không còn phòng trống nữa.

新壘打和放，空慣放種挪

03 我預訂了一間雙人床的套房。

Tôi đã đặt trước một phòng VIP có giường đôi.

堆打大折莫放威唉批國贈堆

請問您叫什麼名字？

Xin hỏi ông tên là gì ạ?

新毀翁顛辣記阿

---

04 住一晚要多少錢？

Ở một đêm phải bao nhiêu tiền?

噁莫顛斐包妞店

要美金 150 元，有包早餐。

Phải một trăm năm mươi đôla Mỹ, có gồm ăn sáng.

斐莫沾囡妹嘟拉米，國棍安嗓

---

05 有沒有更優惠？

Có ưu đãi hơn nữa không?

國優待昏挪空

已經給你打折了。

Đã giảm giá cho ông rồi đấy ạ.

打攢雜桌翁瑞歹阿

PART 1 交際應酬篇
PART 2 聊天閒談篇
PART 3 實際應用篇
PART 4 旅遊樂透篇
PART 5 交通工具篇
PART 6 逛街購物篇
PART 7 日常生活篇

06 要不要先給錢？

Có cần trả tiền trước không?

國互眨店折空

退房時再結帳就可以了。

Khi trả phòng mới trả tiền là được rồi.

科眨放沒眨店辣的瑞

---

07 你要怎樣付款？

Ông muốn thanh toán như thế nào?

翁門探斷呢體鬧

我要用 VISA 信用卡付帳。

Tôi muốn thanh toán bằng thẻ tín dụng VISA.

堆門探斷棒鐵頂縱位匝

---

08 您的房間是 505 號房，這是您的鑰匙。

Phòng của ông là phòng số 505, đây là chìa khoá của ông.

放果翁辣放贖囡倆囡，帶辣界跨果翁

請幫我把行李送上去。

Làm ơn xách hành lý lên lầu giùm tôi.

爛恩善漢離楞老永堆

09 行李可以寄放嗎？

Có cho gửi hành lý không?

國左軌漢離空

貴重物品和錢請自己保管。

Đồ quý trọng và tiền xin tự giữ gìn.

度貴重法店新度營忍

10 要幫你把行李送到你房間嗎？

Có cần giúp ông chuyển hành lý lên phòng ông

không?

國互族翁捲漢離愣放翁空

謝謝你幫我拿行李，這是小費。

Cám ơn anh xách hành lý giùm tôi, đây là tiền

boa.

感恩按善漢離永堆，帶辣店撥

11 你住在哪一間房間？

Ông ở phòng nào?

翁噁放鬧

我住在 606 號房。

Tôi ở phòng 606.

堆噁放掃倆掃

⓬ 在哪裡吃早飯？

Ăn sáng ở đâu?

安嗓噁都

早上從七點到九點吃早餐，餐廳在一樓。

Ăn sáng từ bảy giờ đến chín giờ sáng, nhà ăn tại
lầu một.

安嗓度北仄點僅仄嗓，那安帶漏莫

⓭ 這兒有沒有吃飯、理髮的地方？

Ở đây có chỗ ăn cơm, cắt tóc không?

噁帶國主安跟，軋奪空

餐廳和美容院都在一樓。

Nhà hàng ăn và thẩm mỹ viện đều ở lầu một.

那沆安法褪米院掉噁漏莫

14 你們的客人有什麼優待？

Các anh có ưu đãi gì cho khách không?

軋按國優待記桌卡空

有附送早餐和房間的水果。

Có kèm ăn sáng và hoa quả trong phòng.

國互安嗓法花寡中放

15 我住 505 號房，請送兩份總匯三明治來。

Tôi ở phòng 505, làm ơn mang hai xuất bánh Sandwich thập cẩm.

堆噁放囡倆囚，爛恩忙嗨所綁三於至特艮

還需要什麼別的嗎？

Có cần gì khác nữa không ạ?

國互記卡挪空阿

16 可以再多拿幾條毛巾給我嗎？

Có được lấy thêm cho tôi vài chiếc khăn mặt không?

國冷雷添桌堆外節刊忙空

我馬上派人拿上去。

Tôi gọi người lấy lên ngay.

堆貴位賴楞耐

17 我要結帳退房。

Tôi muốn trả phòng và thanh toán.

堆門假放法探斷

請把房間鑰匙給我。

Làm ơn đưa chìa khoá phòng cho tôi.

爛恩多界跨放桌堆

18 總共多少錢？

Tổng cộng bao nhiêu tiền.

懂共包妞店

含稅共五百美元。

Tổng cộng 500 đôla Mỹ đã gồm thuế.

懂共囡沾嘟拉米打棍頹

PART 1 交際應酬篇
PART 2 聊天閒談篇
PART 3 實際應用篇
PART 4 旅遊樂透篇
PART 5 交通工具篇
PART 6 逛街購物篇
PART 7 日常生活篇

補充句

這個週末你們還有空房間嗎？	Cuối tuần này các anh có còn phòng trống không? 軌頓耐軋按國慣放種空
我要登記住房。	Tôi muốn đăng ký check-in. 堆門當記節因
我是跟太平洋旅行團來的。	Tôi đến theo đoàn du lịch Pacific. 堆點挑斷租力發西廢費
你有幾件行李？	Ông có mấy kiện hành lý? 翁國沒件漢離
這是你全部的行李嗎？	Đây là toàn bộ hành lý của ông phải không? 帶辣斷部漢離果翁斐空
你可以幫我把行李拿到樓下嗎？	Anh có thể xách hành lý giùm tôi xuống dưới nhà không? 按國體善漢離永堆悚賊亞空

請填寫旅客登記表。	Làm ơn điền giấy đăng ký khách du lịch.
	爛恩店崖當記卡租力
如果需要客房服務，可以打電話撥「0」。	Nếu cần phục vụ phòng, thì gọi điện thoại số 0 là được.
	牛互服務放，體貴電太贖空喇冷
麻煩你明天早上八點叫我起床。	Phiền cô 8 giờ sáng mai đánh thức tôi.
	片姑膽仄嗓埋膽特堆
我需要有人明天早上七點叫醒我。	Tôi cần có người bảy giờ sáng mai gọi tôi dậy.
	堆互國位北仄嗓埋貴堆在
房間的電話可以打國際電話嗎？	Điện thoại trong phòng có được gọi điện thoại quốc tế không?
	電太中放國冷貴電太國底空
冷氣壞了，請找人來修一下。	Máy lạnh hư rồi, làm ơn gọi người đến sửa.
	埋浪呼瑞，爛恩貴位點捨
廁所的水不能沖。	Nước trong nhà vệ sinh không xả được.
	挪中那衛星空灑的

我要點餐服務。	Tôi cần dịch vụ gọi đồ ăn. 堆互字物貴度安
我要兩份炒麵、水果拼盤和椰子汁。	Tôi cần hai xuất mì xào, một đĩa hoa quả thập cẩm và nước dừa. 堆互嗨所密臊，莫碟花寡特艮法挪仄
你可以多拿一條毯子給我嗎？	Cô lấy cho tôi thêm một tấm mền lông được không? 姑雷桌堆添莫頓悶龍的空
請送一些冰塊到我房間。	Làm ơn mang giúp một ít đá đến phòng tôi. 爛恩忙族莫宜達點放堆
我有一些衣服要乾洗。	Tôi có một ít quần áo phải giặt khô. 嘟國莫宜棍熬斐攢枯
游泳池、健身房和三溫暖都在一樓。	Bể bơi, phòng tập thể dục và tắm hơi đều ở lầu một. 癟背，放的體組法膽揮掉噁漏莫
我們要走了，請結帳。	Chúng tôi phải đi rồi, làm ơn thanh toán. 種堆斐低瑞，爛恩探斷

PART 1 交際應酬篇

PART 2 聊天閒談篇

PART 3 實際應用篇

PART 4 旅遊樂透篇

PART 5 交通工具篇

PART 6 逛街購物篇

PART 7 日常生活篇

我來還鑰匙。	Để tôi trả chìa khoá. 底堆假界跨
這裡有一張收費明細表。	Đây có một tờ phiếu kê thu tiền. 帶國莫的票接凸店
請在帳單上簽名。	Làm ơn ký tên vào hoá đơn. 爛恩記顛要華單
這筆費用不對，好像有問題？	Số tiền này không đúng, hình như có tính lộn? 碩頂耐空洞，哼呢國登龍

PART 1 交際應酬篇

PART 2 聊天閒談篇

PART 3 實際應用篇

PART 4 旅遊樂透篇

PART 5 交通工具篇

PART 6 逛街購物篇

PART 7 日常生活篇

話題 ④ 用餐

DÙNG BỮA

縱跛

 MP3-22

情境會話

01 我還可以點早餐嗎？

Tôi còn được kêu bữa sáng không?

堆慣冷溝跛嗓空

可以。

Được ạ.

的阿

02 你們幾點停止供應早餐？

Mấy giờ các anh kết thúc phục vụ bữa sáng?

沒仄軋按節圖服務跛嗓

我們早餐供應到十點半。

Chúng tôi phục vụ bữa sáng đến mười giờ rưỡi.

種堆服務跛嗓點妹仄蕊

03 你們幾點供應午餐？

Mấy giờ các anh phục vụ bữa trưa?

沒仄軋按服務跛遮

午餐從十一點半開始。

Bữa trưa bắt đầu từ mười một giờ rưỡi.

跛遮拔豆度妹莫仄蕊

04 請問要點餐了嗎？

Xin hỏi cần gọi món chưa ạ?

新毀互貴門遮阿

我們要兩份炒飯、紅燒肉和咖啡。

Cho chúng tôi hai xuất cơm chiên, thịt kho và cà phê.

桌種堆嗨所跟煎，替科法尬非

05 你的咖啡要加糖和奶精嗎？

Cà phê của ông cần thêm đường và sữa không ạ?

尬非果翁互添瞪法捨空阿

我要不加糖和奶精的。

Tôi muốn không thêm đường và sữa.

堆門空添瞪法捨

06 你要吃什麼？

Ông muốn dùng gì ạ?

翁門縱記阿

我要雞肉咖哩飯。

Cho tôi cơm càri gà.

桌堆跟咖哩尬

07 你想喝什麼飲料？

Ông muốn uống đồ gì?

翁門瓮度記

我要冰紅茶。

Cho tôi hồng trà đá.

桌堆轟炸達

08 有兩個人的座位嗎？

Có chỗ ngồi cho hai người không?

國主位桌嗨位空

我來帶位，請這邊走。

Để tôi dẫn đường, làm ơn đi theo lối này.

底堆怎瞪，爛恩低挑雷耐

PART 1 交際應酬篇

PART 2 聊天閒談篇

PART 3 實際應用篇

PART 4 旅遊樂透篇

PART 5 交通工具篇

PART 6 逛街購物篇

PART 7 日常生活篇

09 可以給我靠窗的位置嗎？

Cho tôi chỗ kế bên cửa sổ được không?

桌堆主節邊葛所的空

沒問題。

Không thành vấn đề.

空坦穩地

10 你要吸煙區還是禁煙區？

Ông muốn khu hút thuốc hay khu cấm hút thuốc.

翁門枯湖陀害枯互湖陀

我要禁煙區。

Tôi muốn khu cấm hút thuốc.

堆門枯互湖陀

11 你們總共有幾位？

Các vị tất cả có mấy người?

軋位的嘎國沒位

有五位。

Có năm người.

國囝位

PART 1 交際應酬篇

PART 2 聊天閒談篇

PART 3 實際應用篇

PART 4 旅遊樂透篇

PART 5 交通工具篇

PART 6 逛街購物篇

PART 7 日常生活篇

12 你們決定要點菜了嗎？

Các vị đã quyết định gọi món chưa ạ?

軋位打軌定貴門遮阿

你有什麼建議？

Anh có đề nghị(=gợi ý) gì?

按國地意（= 若意）記

---

13 請問要點什麼菜？

Xin hỏi cần gọi những món gì?

新毀互貴能門記

我們要牛肉火鍋、烤雞、炒空心菜。

Cho chúng tôi lẩu thịt bò, gà nướng, rau muống xào.

桌種堆簑替播，尬能，饒夢臊

---

14 再給我一些餐巾紙好嗎？

Cho tôi thêm một ít giấy ăn được không?

桌堆添莫宜賊安的空

我馬上拿給你。

Tôi đem đến ngay.

堆顛點耐

⑮ 食物還好嗎？

Đồ ăn có được không?

度安國的空

酸湯有點涼了，請幫我加熱。

Canh chua hơi nguội rồi, làm ơn hâm nóng giùm tôi.

乾桌揮位瑞，爛恩昏濃永堆

---

⑯ 可以再幫我加點水嗎？

Cho tôi thêm ít nước được không?

桌堆添宜挪的空

沒問題，馬上就來。

Không thành vấn đề, đến ngay ạ.

空坦穩地，點耐阿

---

⑰ 餐用完了嗎？

Đã dùng xong chưa ạ?

打縱松遮阿

你可以收了。

Anh dọn đi được rồi.

按怎低的瑞

18 你要結帳了嗎？

Ông muốn thanh toán chưa ạ?

翁門探斷遮阿

請拿帳單給我。

Làm ơn mang hóa đơn cho tôi.

爛恩忙華單桌堆

補充句

今天晚上還有空位嗎？	Tối nay còn chỗ trống không? 對耐慣主種空
你們有預訂座位嗎？	Các vị có đặt chỗ trước không? 軋位國達主折空
我要靠窗的位置。	Tôi muốn chỗ kế bên cửa sổ. 堆門主節邊葛所
我可以坐吧台旁嗎？	Tôi ngồi kế bên quầy bar được không? 堆位節邊櫃吧的空

我還沒有準備好要點菜。	Tôi vẫn chưa chuẩn bị xong để gọi món. 堆穩遮准必松底貴門
我要點菜了。	Tôi muốn gọi món rồi. 堆門貴門瑞
還要點些什麼嗎？	Còn cần gọi thêm gì nữa không? 慣互貴添記挪空
我等一下再回來看看。	Lát nữa tôi sẽ quay lại xem sao. 剌挪堆寫乖賴先艘
我馬上就來。	Tôi tới ngay. 堆得耐
我要檸檬紅茶。	Cho tôi hồng trà chanh. 桌堆轟炸沾
我要一杯水。	Cho tôi một ly nước. 桌堆莫哩挪
你們要什麼甜點嗎？	Các vị cần đồ tráng miệng gì không? 軋位互度漲命記空

祝你們用餐愉快。	Chúc các vị ăn ngon miệng. 竹軋位安灣命
我要外帶。	Tôi muốn mang về. 堆門忙業
請幫我剩下的食物打包。	Đồ ăn còn lại làm ơn gói lại giùm tôi. 度安慣賴爛恩軌賴永堆
你覺得這家餐廳怎麼樣？	Ông thấy nhà hàng này thế nào? 翁台那沆奈體鬧
你喜歡這家的菜嗎？	Ông thích món của nhà hàng này không? 翁提安門果那沆奈空

百花春城「河內」

　　河內終年都是繁花盛開的景象，於是有了「百花春城」的稱號。河內市有許多可去之處，如還劍湖，湖水粼粼，湖邊柳樹風姿獨具。而傳說以前黎太祖得一神劍，得以在戰爭中獲勝，之後經過還劍湖，出現一龜向他討劍，於是當地有此地名。湖內有著名的玉山祠，供奉文昌帝君，也可前往遊覽一番。

　　獨柱寺形若蓮花，下方乃由一石柱支撐，為西元一世紀左右的木造建築；西湖位於青年街上，能得此名可以想見風景定是絕佳，而街上還有另一湖竹白湖，亦是著名景點；三谷洞天主村被稱為陸地的下龍灣，內有Phat Diem Stony教堂，是風格特殊的建築物。

　　商店街上共有36條古街，如銀街、銅街、珠寶街、綢緞街、皮街、麻街、棉布街、糖街、桃街等，歷史悠久各具特色，可以前去一探究竟。到了河內要試試當地的cha ca煲肉，是道地的越式口味。而想要買小玩意兒的人，可以挑選河內的漆器、木刻、絲綢、象牙製品等物作為紀念。

PART 5 交通工具篇

TRANG PHƯƠNG TIỆN GIAO THÔNG
張放店遭通

搭乘工具

PHƯƠNG TIỆN ĐI LẠI

方店低賴

 MP3-23

情境會話

---

01 到火車站要多久？

Đến ga xe lửa phải bao lâu?

點尬些裸斐包撈

不塞車，大概要半個鐘頭。

Không kẹt xe, phải khoảng nửa tiếng đồng hồ.

空給些，斐況諾頂動戶

---

02 我趕時間，請你開快一點。

Tôi đang vội, làm ơn chạy nhanh một chút.

堆當位，爛恩債難莫竹

好的，我盡量快。

Được ạ, tôi cố gắng nhanh nhất.

的阿，堆股港難呢

PART 1 交際應酬篇

PART 2 聊天閒談篇

PART 3 實際應用篇

PART 4 旅遊樂透篇

PART 5 交通工具篇

PART 6 逛街購物篇

PART 7 日常生活篇

03 請開慢一點好嗎？

Làm ơn chạy chậm một chút được không?

爛恩債鎮莫竹的空

沒問題。

Không thành vấn đề.

空坦穩地

04 從這兒開車去自由街要多久？

Từ đây lái xe đến đường Tự do phải bao lâu?

度帶來些點瞪度租斐包摟

差不多要半個小時。

Phải gần nửa tiếng.

斐互諾頂

05 我需要計程車來載我。

Tôi cần xe tắc-xi đến đón tôi.

堆互些達西點頓堆

你要到哪裡？

Ông muốn đến đâu?

翁門點都

06 你現在在哪裡？

Bây giờ ông đang ở đâu?

背仄翁當噁都

我在市中心的總統飯店。

Tôi ở khách sạn President ở trung tâm thành phố.

堆噁卡散迫日四瞪噁中登探佛

07 你要去什麼地方？

Ông muốn đi đâu?

翁門低都

我要去機場。

Tôi muốn ra phi trường.

堆門匹非正

08 我要等多久？

Tôi phải đợi bao lâu?

堆斐的包撈

計程車半小時內就到。

Xe tắc-xi sẽ tới trong vòng nửa tiếng.

些達西寫得中望諾頂

09 你們可以在下午一點派車來接我嗎？

Các anh có thể cho xe đến đón tôi lúc một giờ

chiều được không?

軋按國體左些點頓堆盧莫仄叫的空

好的，請問你的地址是哪裡？

Được ạ, xin hỏi địa chỉ của ông ở đâu?

的阿，　新毀爹幾果翁噁都

10 我要兩張下午三點到河內的火車票。

Tôi cần hai vé xe lửa chuyến ba giờ chiều đi Hà-

Nội.

堆互嗨爺些裸捲八仄叫低哈內

你要臥鋪，還是一般座位？

Ông cần vé nằm, hay là vé ngồi thường?

翁互爺難，害辣爺位痛

11 到海防的火車票，要在哪裡買？

Vé xe lửa đi Hải-Phòng phải mua ở đâu?

爺些裸低海放斐摸噁都

請到 3 號窗口購買。

Mời đến cửa số 3 mua.

妹點葛贖八摸

⓬ 我要一張到曼谷的單程機票。

Tôi cần một vé máy bay một chiều đi Băng-Cốc.

堆互莫爺埋掰莫叫低棒股

你要付現還是刷卡？

Ông muốn trả tiền mặt hay thanh toán bằng thẻ tín dụng.

翁門假店罵害探斷棒鐵頂縱

⓭ 這趟要飛多久？

Chuyến này phải bay bao lâu?

捲耐斐掰包攄

到台北要四個小時。

Đến Đài bắc phải bốn tiếng đồng hồ.

點帶拔斐本頂龍火

164

⒁ 你要搭哪一家航空公司？

Ông muốn đi công ty hàng không nào?

翁門低工低沆空鬧

我搭太平洋航空。

Tôi đi hàng không Pacific.

堆低沆空巴西皮

⒂ 你要頭等艙還是經濟艙？

Ông cần hạng nhất hay hạng thường?

翁互沆呢害沆痛

我要經濟艙的。

Tôi cần hạng thường.

堆互沆痛

補充句

請幫我叫輛計程車好嗎？	Làm ơn gọi giúp tôi chiếc xe tắc-xi được không?
	爛恩貴族堆節些達西的空

哪裡叫得到計程車？	Ở đâu gọi được xe tắc-xi? 噁都貴的些達西
計程車招呼站在哪裡？	Trạm đón xe tắc-xi ở đâu? 展盹些達西噁都
摩托計程車的收費怎麼算？	Xe ôm tính giá như thế nào? 些溫頂雜呢體鬧
請到這個地方。	Làm ơn đến chỗ này. 爛恩典主耐
我該付你多少錢？	Tôi phải trả anh bao nhiêu tiền? 堆斐假按包妞店
不用找了，剩的給你做小費。	Khỏi cần thối, còn dư thì cho anh tiền bồi dưỡng. 傀互退，慣英體左按店被駔
到最近的車站有多遠？	Đến bến xe gần nhất bao xa? 點扁些互呢包撒
去唐人街有多遠？	Đến khu phố người Hoa bao xa? 點枯佛位華包撒

到堤岸要開多久的車？	Tới Chợ Lớn phải lái xe bao lâu? 得這輪斐來些包摟
可以退票（火車票）嗎？	Có thể trả lại vé(vé xe lửa) không? 國體假賴爺（爺些裸）空
距離大約幾公里？	Cách đây khoảng mấy ki-lô-mét? 軋賴況沒機路沒
大約兩個小時的車程。	Khoảng hai tiếng đi xe. 況嗨頂低些
飛機什麼時候起飛？	Máy bay mấy giờ cất cánh? 埋掰沒仄格港
晚上七點半起飛。	Bảy giờ rưỡi tối cất cánh. 北仄蕊對格港
我要去哪一個登機門？	Tôi phải ra cửa lên máy bay nào? 堆斐讓葛楞埋掰鬧

坐公車

ĐI XE BUÝT

低些步一

 MP3-24

情境會話

---

01 你要去哪裡？

Anh muốn đi đâu?

按門低都

我要去百貨公司買東西。

Tôi muốn đi công ty bách hóa mua đồ.

堆門低公地百華摸度

---

02 這輛車是到市政廳嗎？

Xe này có đến Tòa Thị Chính không?

些耐過點多體正空

這輛車不到那裡，是要去唐人街的。

Xe này không đến đó, mà là đến khu phố người

Hoa.

些耐空點奪，罵辣點枯佛位華

03 到市中心的公車多久來一班？

Xe buýt tới trung tâm thành phố bao lâu có một chuyến?

些步一得中登探佛包撓國莫捲

每隔三十分鐘一班。

Cứ cách ba mươi phút một chuyến.

骨軋八妹福莫捲

04 到戰爭遺跡博物館還有幾站？

Đến viện bảo tàng di tích chiến tranh còn mấy trạm nữa?

點院保當資敵檢沾慣沒站挪

還要兩站才到。

Còn hai trạm nữa mới tới.

慣嗨站挪沒得

05 下一班公車要等多久？

Chuyến xe buýt tiếp theo phải đợi bao lâu?

捲些步一跌挑斐的包撓

要等二十分鐘。

Phải đợi hai mươi phút.

斐的嗨妹福

06 要坐多久時間？

Phải ngồi bao lâu?

斐位包撈

大約半小時。

Khoảng nửa tiếng.

況諾頂

07 到郵政總局可以通知我們嗎？

Tới bưu điện trung tâm báo cho chúng tôi

biết được không?

得標店中登報左種堆並冷空

沒問題，我會叫你們。

Không thành vấn đề, tôi sẽ gọi các anh.

空敢穩地，堆寫貴軋按

08 到河內的公車什麼時候開？

Xe buýt đi Hà-Nội mấy giờ chạy?

些步一低哈內沒仄債

再過十分就要開了。

Mười phút nữa là chạy rồi.

妹福挪辣債瑞

09 請問到中國城還有幾站？

Xin hỏi đến khu phố Trung-Quốc còn mấy trạm
nữa?

新毀點枯佛中國慣沒站挪

還有三站。

Còn ba trạm nữa.

慣八站能

PART 1 交際應酬篇

PART 2 聊天閒談篇

PART 3 實際應用篇

PART 4 旅遊樂透篇

PART 5 交通工具篇

PART 6 逛街購物篇

PART 7 日常生活篇

補充句

公共汽車的票價要多少？	Vé xe buýt công cộng giá bao nhiêu? 爺些步一公共雜包妞
公車站在哪裡？	Bến xe buýt ở đâu? 扁些步一噁都
售票處在哪裡？	Nơi bán vé ở đâu? 內辦爺噁都
一張大人票要多少錢？	Một vé người lớn phải bao nhiêu tiền? 莫爺位輪斐包妞店
到胡志明市的車費多少錢？	Tiền xe đi thành phố Hồ Chí Minh bao nhiêu ? 店些低探佛獲級名包妞
到順化需要多久時間？	Đến Huế phải bao lâu? 點回斐包摟
車上可以買票嗎？	Mua vé trên xe được không? 摸爺真些冷空

我在火車站下車。	Tôi xuống ở ga xe lửa. 堆悚噁尬些裸
這班公車開到哪裡？	Chuyến xe buýt này chạy đến đâu? 捲些步一耐債點都
要不要換車？	Có cần chuyển xe không? 國梗捲些空
在哪裡換車？	Chuyển xe ở đâu? 捲些噁都
到獨立宮有停嗎？	Đến Dinh Độc Lập có dừng không? 點增度樂國贈空
去芽莊要坐哪種車？	Đến Nha-Trang phải đi loại xe nào? 點那張斐低賴些鬧
到頭頓的公車什麼時候開？	Xe khách đi Vũng-Tàu khi nào chạy? 些卡低湧到科鬧債

PART 1 交際應酬篇

PART 2 聊天閒談篇

PART 3 實際應用篇

PART 4 旅遊樂透篇

PART 5 交通工具篇

PART 6 逛街購物篇

PART 7 日常生活篇

到總統飯店還有幾站？	Đến khách sạn President còn mấy trạm nữa? 點卡散迫日四登慣沒扁站挪
到河內需要多久時間？	Đến Hà nội phải bao lâu? 點哈內斐包摟
我要去胡志明市，需要換車嗎？	Tôi muốn đi thành phố Hồ Chí Minh, có cần chuyển xe không? 堆門低探佛獲級命，國梗捲些空
下一班車幾點鐘開？	Chuyến xe tiếp theo mấy giờ chạy? 捲些跌挑沒仄債
我還趕得上五點鐘的車嗎？	Tôi còn kịp đi chuyến xe năm giờ không? 堆慣僅低捲些囡仄空
到站請叫我下車。	Đến trạm làm ơn gọi tôi xuống xe. 點站爛恩貴堆悚些
下一站是歷史博物館。	Trạm sau là viện bảo tàng lịch sử. 站艘辣院保當歷史

請問一下，首班車是幾點？	Xin hỏi một chút, chuyến xe đầu là mấy giờ? 新毀莫竹，捲些豆辣沒仄
請問一下，末班車是幾點？	Xin hỏi một chút, chuyến xe cuối là mấy giờ? 新毀莫竹，捲些軌辣沒仄
請讓一下，我要下車。	Làm ơn nhường lối một chút, tôi phải xuống xe. 爛恩能雷莫竹，堆斐悚些
我需要一份新的公車時間表。	Tôi cần một tờ thời gian biểu xe buýt mới. 堆亙莫的特簪表些步一沒

問路

HỎI ĐƯỜNG

毀瞪

 MP3-25

情境會話

---

01 請問一下，總統飯店怎麼走？

Xin hỏi một chút, tới khách sạn President đi như thế nào?

新毀莫竹，得卡散迫日四登低呢體鬧

往前直走再右轉就是了。

Đi thẳng về phía trước rồi quẹo phải là đến.

低躺業肥折瑞貴斐辣點

---

02 請問這兒到火車站遠不遠？

Xin hỏi từ đây đến ga xe lửa có xa không?

新毀度帶點尬些裸國撒空

大約有十分鐘的路程。

Khoảng 10 phút đi đường.

況妹福低瞪

03 這裡離西貢歌劇院近不近？

Chỗ này cách nhà hát Sài-Gòn có gần không?

主耐軋那哈賽棍國互空

很遠，你要坐車去。

Xa lắm, anh phải đi xe.

撒藍，按斐低些

04 你要去哪裡？

Anh muốn đi đâu?

按門低都

我要去巴亭廣場。

Tôi muốn đến quảng trường Ba-Đình.

堆門點廣正八定

05 請問公共廁所在哪裡？

Xin hỏi nhà vệ sinh công cộng ở đâu?

新毀那衛星公共噁都

在這條路的盡頭就是。

Ở cuối con đường này.

噁軌關瞪耐

06 請問自由街在哪裡？

Xin hỏi đường Tự do ở đâu?

新毀瞪度租噁都

在前面十字路口右轉。

Ở ngã tư phía trước quẹo phải.

噁雅嘟肥折貴斐

07 請問最近的市場怎麼走？

Xin hỏi chợ gần nhất đi thế nào?

新毀這互呢低體鬧

我剛好也往哪裡去，你跟著我走吧。

Rất may tôi cũng tới đó, anh đi theo tôi.

熱埋堆鞏的奪，按低挑堆

08 到火車站要怎麼走？

Đến ga xe lửa phải đi như thế nào?

點尬些裸斐低呢體鬧

下一條街右轉就是。

Phố tiếp theo quẹo phải là đến.

佛跌挑貴斐辣點

PART 1 交際應酬篇

PART 2 聊天閒談篇

PART 3 實際應用篇

PART 4 旅遊樂透篇

PART 5 交通工具篇

PART 6 逛街購物篇

PART 7 日常生活篇

09 請問到希爾頓飯店要怎麼走？

Xin hỏi đến khách sạn Sheraton phải đi thế nào?

新毀點卡散希爾頓斐低體鬧

它在城的那頭。

Nó ở đầu kia của thành phố.

挪噁豆給果探佛

10 請問圖書館在哪兒？

Xin hỏi thư viện ở đâu?

新毀禿院噁都

這條街直走到底就是。

Đi thẳng đến cuối đường này là đến.

低躺點軌瞪耐辣點

11 總統飯店您好，需要為您服務嗎？

Khách sạn Presindent xin chào, có cần giúp gì

cho ông không?

卡散迫日四登新照，國梗族記桌翁空

你們飯店的地址在哪裡？

Địa chỉ của khách sạn các vị ở đâu?

爹幾果卡散軋移噁都

12 請問最近的警察局在哪裡？

Xin hỏi đồn cảnh sát gần nhất ở đâu?

新毀頓感啥互呢噁都

你有什麼困難需要幫忙嗎？

Anh có khó khăn gì cần giúp đỡ không?

按國殼刊記互族得空

中國城怎麼去？	Khu phố Trung-Quốc đi thế nào?
	枯佛中國低體鬧
這輛公車有經過胡志明紀念館嗎？	Chiếc xe buýt này có đi qua nhà lưu niệm Hồ Chí Minh không?
	節些步一耐國低刮那留念獲級命空

請問總督府在附近嗎？	Xin hỏi Dinh Quan Tổng Đốc có gần đây không? 新毀忍王懂讀國互帶空
請問到還劍湖怎麼去？	Xin hỏi đến hồ Hoàn-Kiếm đi thế nào? 新毀點戶還劍低體鬧
這公車的終點站是哪裡？	Bến (=Trạm) cuối cùng của xe buýt này là ở đâu? 扁(= 站)軌共果些步一耐辣噁都
你能告訴我怎麼去電影院嗎？	Anh có thể cho tôi biết đến rạp chiếu phim đi thế nào không? 按國體桌堆別點染角拼低體鬧空
請問這裡離車站有多遠？	Xin hỏi chỗ này cách bến xe bao xa? 新毀主耐軋扁些包撒
我好像迷路了。	Hình như tôi bị lạc đường rồi. 哼呢堆背辣瞪瑞

PART 1 交際應酬篇

PART 2 聊天閒談篇

PART 3 實際應用篇

PART 4 旅遊樂透篇

PART 5 交通工具篇

PART 6 逛街購物篇

PART 7 日常生活篇

我是個觀光客。	Tôi là khách du lịch. 堆辣卡租力
請畫一張地圖給我。	Làm ơn vẽ cho tôi một tờ bản đồ. 爛恩也桌堆莫的版度
可以帶我去嗎？	Có thể dẫn tôi đi không? 國體怎堆低空
可以告訴我，我現在是在哪裡嗎？	Có thể cho tôi biết, tôi hiện đang ở chỗ nào không? 國體桌堆別，堆漢當噁主鬧空
你的意思是什麼？	Ý của anh là gì? 宜果按辣記
我帶你去。	Tôi dẫn anh đi. 堆怎按低
跟我來。	Đi theo tôi. 低挑堆
警察局在這兒。	Đồn cảnh sát ở đây. 龍感啥噁帶

PART 6 逛街購物篇

TRANG DẠO PHỐ MUA SẮM
張造佛摸度

數量

SỐ LƯỢNG

贖楞

 MP3-26

情境會話

---

01 蘋果是哪裡產的？

Trái bom là hàng ở đâu?

宅奔辣沆噁都

這是進口的。

Đây là hàng nhập khẩu.

帶辣沆嫩口

---

02 香蕉怎麼賣？

Chuối bán thế nào?

墜辦體鬧

一串五百盾。

Một nải năm trăm đồng.

莫乃囡沾動

PART 1 交際應酬篇

PART 2 聊天閒談篇

PART 3 實際應用篇

PART 4 旅遊樂透篇

PART 5 交通工具篇

PART 6 逛街購物篇

PART 7 日常生活篇

03 空心菜怎麼賣？

Rau muống bán thế nào?

饒夢辦體鬧

一把一百盾。

Một trăm đồng một bó.

莫沾動莫伯

04 這件洋裝多少錢？

Chiếc váy này bao nhiêu tiền?

節歪耐包妞店

一件要五千盾。

Một chiếc phải năm ngàn đồng.

莫節斐囡難動

05 這條純銀項鍊花了多少錢？

Chiếc dây chuyền bạc nguyên chất này xài hết

bao nhiêu tiền?

節哉卷罷鴛折耐塞和包妞店

兩千盾買的。

Mua hai ngàn đồng đấy.

摸嗨難動歹

補充句

一個銀戒指要一千盾。	Một chiếc nhẫn bạc phải một ngàn đồng. 莫節嫩罷斐莫難動
一雙純銀耳環要一千八百盾。	Một đôi bông tai bạc nguyên chất phải một ngàn tám trăm đồng. 莫堆崩呆罷鴛折斐莫難膽沾動
這個純銀胸針要兩千盾。	Chiếc ghim ngực bạc nguyên chất này phải hai ngàn đồng. 節金物罷鴛折耐斐嗨難動
這件上衣要八千盾。	Chiếc áo này phải tám ngàn đồng. 節熬耐斐膽難動

這個老鷹木雕像要三千五百盾，兩個算六千元。	Bức tượng điêu khắc gỗ đại bàng này phải ba ngàn năm trăm đồng, hai bức tính sáu ngàn đồng. 伯瞪雕卡股帶棒耐斐八難囡沾動，嗨伯頂掃難動
我要買三雙襪子。	Tôi muốn mua ba đôi vớ. 堆門摸八堆握
我要買兩塊香皂、一條毛巾。	Tôi muốn mua hai cục xà bông thơm, một chiếc khăn mặt. 堆門摸嗨故薩崩吞，莫節刊忙
龍蝦一斤要多少錢？	Tôm hùm một kí(=ký)bao nhiêu tiền? 蹲混莫給(= 給)包妞店
幫我挑一隻龍蝦。	Lựa giùm tôi một con tôm hùm. 稜永堆莫關蹲混
我要一打玫瑰花，要包裝好送人。	Tôi cần một chục hoa hồng, phải gói cẩn thận để đem tặng. 堆亙莫主花轟，斐若艮褪底顛當
竹籠裡有五隻雞。	Có 5 con gà trong lồng tre. 國囡關尬中龍接

我們要三杯椰子汁。	Cho chúng tôi ba ly nước dừa. 桌種堆八哩挪仄
給我一把蔥。	Cho tôi một nắm hành. 桌堆莫難漢

越南旅遊豆知識

品嚐南洋風味美食

　　越南以農立國，所以稻米也是其主食，越南菜和中國菜有些相似，但口味比較清淡，越南雖然也屬於東南亞，但是菜餚的烹飪上則不似鄰國泰國、馬來西亞，那麼強調香料的氣味，越南菜的特色就是盡量保持原汁原味，也很少用煎或炸，所以當地的青菜多半以生菜的方式食用。

　　越南菜有許多著名料理，是相當值得饕客們嚐嚐看的，例如越南招牌菜越式春捲、甘蔗蝦、牛肉河粉、糯米雞等。自從越南東家羊肉爐在台灣聲名大噪後，到越南享用個道地的羊肉爐，也是許多觀光客的首選呢！

　　有一種越南人喜愛的點心，是許多觀光客敬而遠之的料理，那就是鴨仔蛋，顧名思義，那是尚未孵化完全的鴨蛋煮熟而成的，通常會放在桌上一旁當作小菜，奉勸沒有膽子的人，可別隨便拿桌上的蛋來吃喔！

PART 1 交際應酬篇

PART 2 聊天閒談篇

PART 3 實際應用篇

PART 4 旅遊樂透篇

PART 5 交通工具篇

PART 6 逛街購物篇

PART 7 日常生活篇

話題 ❷

逛百貨公司

ĐI CÔNG TY BÁCH HÓA

低公地百華

 MP3-27

情境會話

---

01 小姐，你想買什麼東西？

Cô ơi, cô muốn mua gì?

姑威，姑門摸記

我想買雙鞋。

Tôi muốn mua đôi giày.

堆門摸堆在

---

02 這鞋有沒有其他顏色？

Giày này có màu khác không?

在耐國冒卡空

有咖啡色、黑色、紅色。

Có màu nâu, màu đen, màu đỏ.

國冒鬧，冒顛，冒朵

---

03 拿黑色的讓我試試。

Lấy màu đen để tôi thử xem.

雷冒顛底堆土先

你是穿幾號的？

Cô đi cỡ số mấy?

姑低葛贖沒

04 這鞋要多少錢？

Giày này bao nhiêu tiền?

在耐包妞店

這要五千元。

Đôi này năm ngàn đồng.

落耐囡難動

05 太貴了，算便宜點。

Đắt quá, tính rẻ một chút.

達寡，頂惹莫竹

你多少錢才要？

Bao nhiêu tiền thì cô mua được?

包妞店替姑摸的

06 算四千元吧。

Tính 4 ngàn đồng đi.

頂本難動低

給你特別優惠算四千二百元吧。

Tính cô giá ưu đãi đặc biệt bốn ngàn hai trăm

đồng nhé.

頂姑雜優待大弊本難嗨沾動呢

07 好吧，賣給你，我幫你用盒子裝起來。

Được rồi, bán cho cô, tôi đựng vào hộp giùm

cho cô.

的瑞，辦桌姑，堆瞪要貨永左姑

請幫我包好，要紮緊一點。

Làm ơn gói lại giùm tôi, phải buộc chặt một chút.

爛恩軌賴永堆，斐播炸莫竹

08 鞋子的品質可靠嗎？

Phẩm chất giày có bảo đảm không?

煩折在過保膽空

PART 1 交際應酬篇

PART 2 聊天閒談篇

PART 3 實際應用篇

PART 4 旅遊樂透篇

PART 5 交通工具篇

PART 6 逛街購物篇

PART 7 日常生活篇

你放心，絕對沒問題。

Cô yên tâm, tuyệt đối không có vấn đề.

姑煙登，對奪空國穩地

09 你鞋跟要多高？

Cô muốn gót giầy cao bao nhiêu?

姑門國在高包妞

不要太高。

Đừng cao quá.

瞪高寡

10 我想試穿這一雙。

Tôi muốn đi thử đôi này.

堆門低土堆耐

這是純牛皮製的很好穿。

Đồ này làm bằng da bò thật đi rất thích.

度耐爛棒匝播特低熱提

11 這個布包要多少錢？

Chiếc túi vải này bao nhiêu tiền?

節對矮耐包妞店

這個是一千元。

Cái này là một ngàn đồng.

改耐辣莫難動

12 這條絲巾要多少錢？

Chiếc khăn lụa này bao nhiêu tiền?

節刊落耐包妞店

這個是兩千元。

Cái này là hai ngàn đồng.

改耐辣嗨難動

13 這件裙子要多少錢？

Chiếc váy này phải bao nhiêu tiền?

節癌耐斐包妞店

這件是三千元。

Chiếc này là ba ngàn đồng.

節耐辣八難動

PART 1 交際應酬篇

PART 2 聊天閒談篇

PART 3 實際應用篇

PART 4 旅遊樂透篇

PART 5 交通工具篇

PART 6 逛街購物篇

PART 7 日常生活篇

14 那個紅色皮包讓我看一下。

Cho tôi xem chiếc túi da đỏ kia một chút.

桌堆先節對匝朵接莫竹

這款還有黑色的嗎？

Kiểu này có màu đen không?

狗耐國貿顛空

---

15 小姐想要買什麼？

Cô muốn mua gì?

姑門摸記

我要買化妝水和防曬乳液。

Tôi muốn mua nước trang điểm và kem chống

nắng.

堆門摸挪莊點法跟重囊

---

16 我要買面霜。

Tôi muốn mua kem.

堆夢母跟

你要什麼牌子的？

Cô cần nhãn hiệu gì?

姑互難號記

---

17 還需要別的嗎？

Có cần gì khác nữa không?

國互記卡挪空

我想看看腮紅。

Tôi muốn xem phấn má.

堆門先粉麻

---

18 這個戒指很特別。

Chiếc nhẫn này rất đặc biệt.

節嫩耐熱大弊

我要買這個。

Tôi muốn mua chiếc này.

堆門摸節耐

PART 1 交際應酬篇
PART 2 聊天閒談篇
PART 3 實際應用篇
PART 4 旅遊樂透篇
PART 5 交通工具篇
PART 6 逛街購物篇
PART 7 日常生活篇

19 這件洋裝很漂亮。

Chiếc váy này rất đẹp.

節癌耐熱典

你很有品味，眼光真好。

Cô rất tinh, rất có khiếu thẩm mỹ.

姑熱丁，熱國考吞米

20 這件洋裝有沒有我的尺寸？

Chiếc váy này có cỡ tôi mặc vừa không?

節癌耐國葛堆罵握空

你要試穿嗎？

Cô muốn mặc thử không?

姑門罵土空

21 哪裡可以結帳？

Tính tiền ở đâu?

登頂噁都

請到裡面櫃臺付錢。

Làm ơn đến quầy phía trong trả tiền.

爛恩點櫃肥中假店

PART 1 交際應酬篇

PART 2 聊天閒談篇

PART 3 實際應用篇

PART 4 旅遊樂透篇

PART 5 交通工具篇

PART 6 逛街購物篇

PART 7 日常生活篇

22 我要付這件洋裝的錢。

Tôi muốn trả tiền chiếc váy này.

堆門假店節癌耐

好，我幫你算一下價錢。

Được, tôi tính tiền giúp cô.

的，堆頂店族姑

23 你要用信用卡付嗎？

Cô muốn trả bằng thẻ tín dụng phải không?

姑門假棒鐵頂縱斐空

我要付現金。

Tôi muốn trả tiền mặt.

堆門假店罵

24 這件裙子有破洞，我想要退。

Chiếc váy này có chỗ rách, tôi muốn trả lại.

節癌耐國主然，堆門假賴

你的收據還在嗎？

Hóa đơn của cô có còn không?

華單果姑國慣空

補充句

我在找涼鞋。	Tôi đang tìm dép xăng-đan. 堆當定則喪單
你的鞋子真好看。	Giày của cô đẹp quá. 在果姑典寡
這雙鞋太大了。	Đôi giày này to quá. 堆在耐多寡
這雙鞋太小了。	Đôi giày này nhỏ quá. 堆在耐諾寡
這雙鞋不合腳。	Đôi giày này không vừa chân. 堆在耐空握真
這雙鞋很好穿。	Đôi giày này đi rất thích. 堆在耐低熱提
這鞋走起來不好走。	Đôi giày này có vẻ khó đi. 堆在耐國也殼低
這件洋裝太大了。	Chiếc váy này to quá. 節癌耐多寡

這件裙子太窄。	Chiếc váy này chật quá. 節癌耐這寡
我不喜歡這個顏色。	Tôi không thích màu này. 堆空提冒耐
這件顏色和我的膚色不配。	Chiếc này màu không hợp với nước da của tôi. 節耐冒空賀偉挪匝果堆
這件裙子有黑色或棕色的嗎？	Chiếc váy này có màu đen hoặc màu nâu không? 節癌耐國冒顛化冒妞空
你的上衣配這件裙子真好看。	Áo của cô mặc cùng chiếc váy này rất đẹp. 熬果姑罵共節癌耐熱典
這件衣服袖子有破洞。	Chiếc áo này tay có chỗ rách. 節熬耐呆國主然
我想要換另一個。	Tôi muốn đổi chiếc khác. 堆門對節卡

越南語

有更大一點的皮包嗎？	Có túi da to hơn nữa không? 國對匝多昏挪空
我要買個皮包當禮物。	Tôi muốn mua chiếc túi da làm quà tặng. 堆門摸節對匝爛寡當
這個真漂亮。	Chiếc này đẹp thật. 節耐典特
我要這一個。	Tôi cần chiếc này. 堆互節耐
我再考慮一下。	Tôi nghĩ thêm chút đã. 堆你添竹打
請幫我包裝，我要送人的。	Làm ơn gói giùm tôi, tôi muốn làm quà tặng. 爛恩軌永堆，堆門覽娃當
這瓶香水請幫我用禮盒包起來。	Làm ơn dùng hộp quà tặng gói giùm tôi chai dầu thơm này lại. 爛恩縱貨寡當軌永堆摘奏騰耐賴
我需要防曬油。	Tôi cần dầu chống nắng. 堆互奏重囊

200

我的面霜快用完了。	Kem thoa mặt của tôi gần dùng hết rồi. 跟拖罵果堆互縱和瑞
我要買髮夾。	Tôi muốn mua kẹp tóc. 堆門摸見奪
你們有桃紅色的腮紅嗎？	Các cô có lựa phấn má màu hồng không? 軋姑過稜粉麻冒轟空
有賣黑色的皮帶嗎？	Có bán dây nịt da màu đen không? 國辦哉能匝冒顛空
有賣免洗內衣、內褲嗎？	Có bán áo lót, quần lót dùng một lần không? 國辦熬羅，棍羅縱莫楞空
衣服上都有標價。	Trên quần áo đều nêm yết giá cả. 真棍熬掉念爺雜嘎
這是找你的零錢，請點一下。	Đây là tiền lẻ thối lại cho ông, làm ơn kiểm giùm. 帶辣點倆退賴桌翁，爛恩檢永

你的服務態度真好。	Thái độ phục vụ của cô rất tốt. 台度服務果姑熱奪
這個有問題，我要退貨。	Cái này có vấn đề, tôi muốn trả lại. 改耐國穩地，堆門假賴

越南旅遊豆知識

南國之夜愈夜愈美麗

　　夜貓子的福音又來啦！晚上不想乖乖睡覺，怕沒地方去嗎？別擔心，許多地方都還是敞開大門等著客人光臨喔！

　　近年來因為投資者和觀光的人數增多，越南也一直在規劃一些場所，讓遊客能夠順利玩樂、消費。越南的夜晚，能夠去的地方像是KTV、夜總會、舞廳、咖啡館等。例如胡志明市的KTV和夜店就不少，夜晚正是熱鬧時候，而且有愈來愈多的現象，想盡情狂歡絕不困難。

　　而越南的咖啡館不像我們以為的那樣，它只是小小暗暗的店面，可以提供人們休息、看影片等，而非寬敞、明亮的高雅咖啡店，當然也有露天的咖啡座，希望享受閒情逸致的人，就會選擇這樣的地方。另外，胡志明市有提供遊艇可以遊覽西貢河，船上更有表演節目可觀賞。

話題 ❸ 上菜市場

ĐI CHỢ

低這

 MP3-28

情境會話

01 太太,想要買什麼?

Bà ơi, muốn mua gì ạ?

霸威,門摸記阿

幫我挑一條石斑魚。

Lựa giùm tôi một con cá song.

稜永堆莫關軋松

02 石斑魚賣完了,買條鯛魚吧。

Cá song bán hết rồi, mua con cá tráp đi.

軋松辦和瑞,摸關軋炸低

鯛魚太貴了,算我便宜點。

Cá tráp đắt quá, tính tôi rẻ một chút.

軋炸達寡,頂堆惹莫竹

03 蘋果怎麼賣？

Bom bán thế nào?

奔辦體鬧

你買多一點，我算你便宜些

Bà mua nhiều một chút, tôi tính rẻ cho bà.

霸摸妞莫竹，堆頂惹桌霸

04 蘋果價錢好貴。

Bom giá đắt quá.

奔雜達寡

這是進口的。

Đây là hàng nhập khẩu.

帶辣沆呢口

05 芒果怎麼賣？

Xoài bán thế nào?

率辦體鬧

一斤一千元。

Một ngàn đồng một cân.

莫難動莫跟

06 巧克力蛋糕怎麼賣？

Bánh ga-tô sô-cô-la bán thế nào?

綁嘎嘟書姑拉辦體鬧

一塊三千元。

Ba ngàn đồng một miếng.

八難動莫命

補充句

有沒有賣生日蛋糕？	Có bán bánh ga-tô sinh nhật không? 國辦綁嘎嘟興呢空
有沒有賣黃瓜？	Có bán dưa leo không? 國辦仄撩空
我要三條茄子。	Tôi cần ba trái cà tím. 堆互八宅尬頂
我要一瓶醬油。	Tôi cần một chai nước tương. 堆互莫摘挪登

給我兩串烤牛肉串。	Cho tôi hai xiên thịt bò nướng. 桌堆嗨先替播能
我要買新鮮的蝦子。	Tôi muốn mua tôm tươi. 堆門摸蹲堆
幫我挑兩顆鳳梨。	Lựa giùm tôi hai trái thơm. 樂永堆嗨宅騰

越南旅遊豆知識

行在越南一把罩

　　越南是狹長的國家，緯度的不同也造成氣候的相異。在北部地區是四季分明的天氣，夏天的溫度可以高達35度，冬天也能降到10度的寒冷狀態；中部也有四季變化，但較不顯著；南部則屬熱帶氣候，氣溫大概在25到35度之間。

　　關於住宿的部分，最好事先預定，尤其是偏遠地區的許多旅館等級並不高，價格也較低廉，大約在25美元左右，至於大城市的五星級飯店則要花上50到120美元不等的住宿費。

　　越南多以機車代步，用摩托車載客也是正常的現象，要記得事先議價，若擔心語言不通，也可考慮搭乘計程車，在市內通行的話，大概是35美元上下。當然也有公車可搭，只是多半設備不佳，老舊且不準時，還是要審慎選擇安全又方便的交通工具。

PART 1 交際應酬篇
PART 2 聊天閒談篇
PART 3 實際應用篇
PART 4 旅遊樂透篇
PART 5 交通工具篇
PART 6 逛街購物篇
PART 7 日常生活篇

話題 ④

買衣服

MUA QUẦN ÁO

摸棍熬

 MP3-29

情境會話

01 我想做一件長衣。

Tôi muốn may một chiếc áo dài.

堆門埋莫節熬在

我帶你去訂做。

Tôi đưa cô đi đặt may.

堆多姑低大埋

02 你需要什麼嗎？

Cô còn cần gì không?

姑果互記空

我要買一件泳衣。

Tôi muốn mua một chiếc áo bơi.

堆門摸莫節傲背

03 目前所有的衣服都打八折。

Hiện nay tất cả quần áo đều giảm giá 20%.

漢耐的嘎棍熬掉攢雜嗨妹份沾

我該到哪裡試穿？

Tôi phải đến chỗ nào mặc thử？

堆斐點主鬧罵土

04 這件襯衫質料是化纖的，還是絲的？

Chất liệu chiếc áo sơ-mi này là sợi hóa học, hay
là lụa?

折料節熬賒瞇耐辣歲華或，害辣落

這件是純絲的。

Chiếc này là lụa 100%.

節耐辣落莫沾份沾

05 這是什麼布料的？

Đây là chất liệu vải gì?

帶辣折料矮記

這件是棉布的。

Chiếc này là vải cotton.

節耐辣矮姑蹲

06 這件賣多少錢？

Chiếc này bán bao nhiêu tiền?

節耐辦包妞店

一件要八千元。

Tám ngàn đồng một chiếc.

膽難動莫節

07 還有沒有其他顏色？

Có còn màu khác không?

國慣冒卡空

有粉色、紅色、黑色、白色、藍色。

Có màu hồng, màu đỏ, màu đen, màu trắng, màu

xanh da trời.

國貿轟，冒朵，冒顛，冒漲，冒餐匝這

08 這件金色的很時髦。

Chiếc màu vàng này rất mốt.

節冒望耐熱磨

我可以試穿嗎？

Tôi mặc thử được không?

堆罵土的空

09 這是今年最流行的款式。

Đây là kiểu thịnh hành nhất năm nay.

帶辣狗聽漢呢囡耐

穿起來很合身，我要買這件。

Mặc vào rất vừa, tôi muốn mua chiếc này.

罵要熱握，堆門摸節耐

10 衣服的顏色很配你的皮膚。

Màu áo rất hợp với nước da của cô.

冒熬熱賀偉挪匝果姑

哪裡有鏡子可以照？

Ở đâu có gương để soi?

噁都國更列雖

11 我喜歡這件花裙。

Tôi thích chiếc váy hoa này.

堆提節癌花耐

試穿間請直走到底就是。

Hãy đi thẳng đến cùng chính là phòng thử đồ.

害低躺點共警辣放土度

---

12 先生都穿多大的褲子？

Ông thường mặc quần cỡ số mấy?

翁痛罵棍葛贖沒

差不多 33 吋長。

Độ dài khoảng 33 inch.

度在況八妹八映

補充句

我們去逛百貨公司。	Chúng ta đi công ty bách hóa. 種搭低公地百華
我要去買綢緞。	Tôi muốn đi mua lụa vóc. 堆門低摸落我
這件絲巾很精緻。	Chiếc khăn lụa này rất tinh xảo. 節刊落耐熱丁掃
這件上衣款式很特別。	Chiếc áo này kiểu rất đặc biệt. 節熬耐狗熱大彆
穿 T 恤舒服又涼快。	Mặc áo thun dễ chịu lại mát. 罵熬吞子就賴麻
這件的花樣很好看。	Kiểu của chiếc này rất đẹp. 狗果節耐熱典
你穿起來身材真好。	Cô mặc vào dáng người đẹp lắm. 姑罵要駔位典藍

這件裙子褲腰太大，換件小點的。	Chiếc váy này eo rộng quá, đổi chiếc nhỏ hơn. 節癌耐要扔寡，對節諾昏
這件上衣好緊，有沒有大件點的？	Chiếc áo này chật quá, có chiếc to hơn không? 節熬耐這寡，國節多昏空
那邊那套黑色的西裝，請拿來給我看看。	Bộ đồ veston màu đen đằng kia, làm ơn lấy cho tôi xem một chút. 部度爺式敦冒顛當接，爛恩雷桌堆先莫竹
好像太大了，不太合身。	Hình như to quá rồi, không vừa lắm. 哼呢多寡瑞，空握藍
很合身，穿起來像訂做的一樣。	Rất vừa, mặc vào giống hệt như đặt may. 熱握，罵要總賀呢大埋
歡迎您下次再來。	Mong ông lần sau tới nữa. 矇翁楞艘得能

買票

MUA VÉ

主地図：摸爺

 MP3-30

01 請問一下，售票處在哪裡？

Xin hỏi một chút, chỗ bán vé ở đâu?

新毀莫竹，主辦爺噁都

往前走就是了。

Đi về phía trước là đến.

低業肥折辣點

02 我要買一張後天直飛東京的機票。

Tôi muốn mua một vé máy bay ngày mốt bay thẳng Tokyo.

堆門摸莫爺埋掰奈磨掰躺嘟機屋

對不起，已經滿座賣完了。

Xin lỗi, đã bán hết chỗ rồi.

新曡，打辦和主瑞

PART 1 交際應酬篇

PART 2 聊天閒談篇

PART 3 實際應用篇

PART 4 旅遊樂透篇

PART 5 交通工具篇

PART 6 逛街購物篇

PART 7 日常生活篇

03 我要去香港，幾點有班次？

Tôi muốn đi Hồng-kông, mấy giờ có chuyến?

堆門低轟工，沒仄國捲

請稍等，我要查一下。

Làm ơn đợi chút xíu, tôi phải kiểm tra một chút.

爛恩的竹席，堆斐檢渣莫竹

04 去新加坡的飛機幾點起飛？

Máy bay đi Xingapo mấy giờ cất cánh?

埋掰低新尬波沒仄格港

上午十點半起飛。

Mười giờ rưỡi sáng cất cánh.

妹仄蕊嗓格港

05 我要買一張到香港的來回機票。

Tôi muốn mua một vé máy bay khứ hồi đi Hồng-Kông.

堆門摸莫爺埋掰苦會低轟工

要哪一天的？

Cần ngày nào ạ?

互奈鬧阿

06 你要靠窗是靠走道的？

Ông muốn sát cửa sổ hay sát lối đi?

翁門啥葛所害啥雷低

我要靠窗的座位。

Tôi muốn chỗ ngồi sát cửa sổ.

堆門主位啥葛所

07 你要怎樣付款？

Ông muốn trả tiền bằng cách nào?

翁門札頂棒軋鬧

我要用萬事達卡（Master card）。

Tôi muốn dùng thẻ tín dụng Master .

堆門縱鐵頂縱瑪事的

PART 1 交際應酬篇
PART 2 聊天閒談篇
PART 3 實際應用篇
PART 4 旅遊樂透篇
PART 5 交通工具篇
PART 6 逛街購物篇
PART 7 日常生活篇

08 幫我訂兩張九月五號到北京的機票。

Giúp tôi đặt hai vé máy bay đi Bắc-Kinh ngày 5 tháng 9.

族堆大嗨爺埋掰低拔經耐囡糖僅

中途需要在香港轉機，可以嗎？

Giữa đường phải quá cảnh tại Hồng-Kông, có được không?

營冷斐寡港帶轟工，國的空

09 請問一下，去河內的火車幾點開？

Xin hỏi một chút, xe lửa đi Hà-Nội mấy giờ chạy?

新毀莫竹，些裸低哈內沒仄債

最近的一班是下午三點開。

Chuyến gần nhất là ba giờ chiều chạy.

捲互呢辣八仄叫債

補充句

我要提前訂票。	Tôi muốn đặt vé trước. 堆門大爺折
你要硬座還是臥舖？	Ông muốn ghế cứng hay giường nằm? 翁門椅更害贈難
你要直飛還是需要轉機的？	Ông muốn bay thẳng hay là muốn quá cảnh? 翁門掰躺害辣門寡港
我要兩張經濟艙的機票。	Tôi cần hai vé máy bay hạng thường(=hạng kinh tế). 堆互嗨爺埋掰沉痛（= 沉經地）
我要一張頭等艙的機票。	Tôi cần hai vé máy bay hạng nhất(=hạng VIP). 堆互嗨爺埋掰沉呢（= 沉威唉批）
請幫我準備素食餐。	Làm ơn chuẩn bị giùm tôi đồ ăn chay. 爛恩准必永堆度安摘

RART 7　日常生活篇

TRANG SINH HOẠT HÀNG NGÀY
張興畫沆奈

上理容院

ĐẾN HIỆU CẮT TÓC(=ĐẾN THẨM MỸ VIỆN)

點號軋奪（= 點談美影） MP3-31

情境會話

01 歡迎光臨，要做什麼服務？

Xin mời, cần phục vụ gì ạ?

新妹，梗服務記阿

我今天要剪頭髮。

Hôm nay tôi muốn cắt tóc.

昏耐堆門軋奪

---

02 想剪什麼樣子的？

Muốn cắt như thế nào ạ?

門軋呢體鬧阿

我想要剪成像這樣的。

Tôi muốn cắt giống như thế này.

堆門軋奪總呢體耐

PART 1 交際應酬篇

PART 2 聊天閒談篇

PART 3 實際應用篇

PART 4 旅遊樂透篇

PART 5 交通工具篇

PART 6 逛街購物篇

PART 7 日常生活篇

03 需要多久？

Phải bao lâu?

斐包摟

大約兩小時。

Khoảng hai tiếng.

況嗨頂

04 燙個頭髮，看起來比較年輕。

Uốn tóc, nhìn sẽ trẻ hơn.

穩奪，嫩寫解昏

燙頭髮會不會傷髮質？

Uốn tóc có làm hư tóc không?

穩奪國爛呼奪空

05 我的頭髮有分叉。

Tóc tôi bị chẻ.

奪堆北節

要用好一點的藥水燙頭髮。

Uốn tóc phải dùng loại thuốc tốt một chút.

穩奪斐縱賴陀奪莫竹

06 我的白頭髮很多。

Tôi rất nhiều tóc trắng.

堆熱紐奪湃

想不想染頭髮？

Có muốn nhuộm tóc không?

國門嫩奪空

07 你要不要洗頭？

Bà có muốn gội đầu không?

霸國門貴豆空

我要洗頭、剪髮和吹風。

Tôi muốn gội đầu, cắt tóc và sấy.

堆門貴豆，軋奪法隨

08 我想換髮型。

Tôi muốn đổi kiểu tóc.

堆門對狗奪

你要一樣長？還是剪短一點？

Bà muốn dài như cũ? Hay là cắt ngắn một chút?

罷門在呢股？害辣軋難莫竹

09 你有什麼建議？

Cô có đề nghị(=gợi ý) gì?

姑國底移（= 若意）記

我拿本雜誌讓你參考。

Tôi lấy cuốn tạp chí để bà tham khảo.

堆雷棍大吉底霸探考

10 我喜歡這個髮型。

Tôi thích kiểu tóc này.

堆提狗奪耐

這樣很漂亮，挺適合你的臉型。

Thế này rất đẹp, rất hợp với khuôn mặt của bà.

體耐熱典，熱賀偉昆黑骨霸

11 你剪短髮一定很好看。

Bà cắt tóc ngắn chắc chắn sẽ rất đẹp.

霸軋奪讓炸展寫熱典

由你決定好了。

Do cô quyết định được rồi.

租姑軌定的瑞

PART 1 交際應酬篇

PART 2 聊天閒談篇

PART 3 實際應用篇

PART 4 旅遊樂透篇

PART 5 交通工具篇

PART 6 逛街購物篇

PART 7 日常生活篇

⑫ 我想修指甲。

Tôi muốn sửa móng tay.

堆門捨夢呆

你要塗什麼顏色的指甲油？

Bà muốn sơn móng tay màu gì?

霸門孫夢呆冒記

補充句

洗頭、吹乾要多少錢？	Gội đầu, sấy khô bao nhiêu tiền? 軌豆，隨枯包妞店
剪頭髮要多少錢？	Cắt tóc bao nhiêu tiền? 軋奪包妞店
燙頭髮要多少錢？	Uốn tóc bao nhiêu tiền? 穩奪包妞店
頭髮不要剪太短。	Tóc đừng cắt ngắn quá. 奪瞪軋難寡

幫我剪三公分左右。	Cắt giùm tôi khoảng ba phân.
	軋永堆況八分
幫我修一下瀏海。	Sửa giùm tôi mái một chút.
	捨永堆埋莫竹
我要剪短一點。	Tôi muốn cắt ngắn một chút.
	堆門軋難莫竹
我只要修一下。	Tôi chỉ cần sửa một chút.
	堆幾亙捨莫竹
我只要修髮尾分叉。	Tôi chỉ cần sửa đuôi tóc chẻ.
	堆幾亙捨堆奪著
洗完頭,我要做護髮。	Gội đầu xong, tôi muốn hấp tóc.
	軋豆松,堆門漢奪
要不要燙頭髮?	Có muốn uốn tóc không?
	國門穩奪空
我要燙頭髮。	Tôi muốn uốn tóc.
	堆門穩奪
我要燙像這張照片一樣的髮型。	Tôi muốn uốn giống như kiểu tóc trong tấm ảnh này.
	堆門穩總呢狗奪中瞪按耐

PART 1 交際應酬篇
PART 2 聊天閒談篇
PART 3 實際應用篇
PART 4 旅遊樂透篇
PART 5 交通工具篇
PART 6 逛街購物篇
PART 7 日常生活篇

這種燙髮會不會傷害髮質？	Uốn tóc kiểu này có làm hư tóc không? 穩奪狗耐國爛呼奪空
你要用哪種洗髮精？	Bà muốn dùng loại dầu gội đầu gì? 霸門縱賴奏軌豆記
你要指定誰做？	Bà muốn cho ai làm? 霸門左唉爛
頭髮要分哪一邊？	Tóc phải rẽ ngôi bên nào? 奪斐惹威邊鬧
我頭髮掉得很厲害。	Tóc tôi rụng dữ lắm. 奪堆扔子藍
我不要上髮膠。	Tôi không cần xịt keo tóc. 堆空互系高奪
要不要做護髮？	Có muốn hấp tóc không? 國門漢奪空
要不要做潤絲？	Có muốn xả tóc không? 國門沙動空

沖洗的水太熱了。	Nước gội nóng quá. 挪軌濃寡
剪好了，我拿鏡子給你看。	Cắt xong rồi, tôi lấy gương cho bà xem. 軋松瑞，堆雷更桌霸先
先生，要修面嗎？	Thưa ông, có cần cạo mặt không? 拖翁，國互告罵空
要不要刮鬍子？	Có cần cạo râu không? 國互告柔空
我要上髮油。	Tôi muốn xoa dầu tóc. 堆門刷奏奪
我要做預約。	Tôi muốn hẹn trước. 堆門恨折
請慢走，下次再來。	Đi đường cẩn thận, lần sau tới nữa. 低瞪艮褪，楞艘得能

PART 1 交際應酬篇
PART 2 聊天閒談篇
PART 3 實際應用篇
PART 4 旅遊樂透篇
PART 5 交通工具篇
PART 6 逛街購物篇
PART 7 日常生活篇

上郵局

ĐI BƯU ĐIỆN

低標店

 MP3-32

情境會話

---

01 請問到郵局怎麼走？

Xin hỏi tới bưu điện đi thế nào?

新毀得標店低體鬧

往前直走，約走五分鐘就到了。

Đi thẳng về phía trước, đi khoảng 5 phút là tới.

低躺業肥折，低況囡福辣得

---

02 郵局的營業時間是幾點？

Thời gian làm việc của bưu điện là mấy giờ?

特簪爛月果標店辣沒仄

每天早上九點到下午五點半。

Chín giờ sáng đến năm giờ rưỡi chiều mỗi ngày.

僅仄嗓點囡仄蕊叫每奈

PART 1 交際應酬篇

PART 2 聊天閒談篇

PART 3 實際應用篇

PART 4 旅遊樂透篇

PART 5 交通工具篇

PART 6 逛街購物篇

PART 7 日常生活篇

03 每天都有營業嗎？

Ngày nào cũng làm việc phải không?

奈鬧鞏爛月斐空

星期一到星期六都有，星期天休息。

Thứ hai đến thứ bảy đều có, chủ nhật nghỉ.

圖嗨點圖北掉國，主呢你

04 請問要寄到美國的信，要貼多少錢的郵票？

Xin hỏi thư muốn gửi đi Mỹ, phải dán tem bao nhiêu tiền?

新毀禿門軌低米，斐咱顛包妞店

我幫你秤重。

Tôi cân giùm anh.

堆跟永按

05 你要寄平信，還是掛號的？

Anh muốn gửi thư thường, hay là thư bảo đảm?

按門軌禿痛，害辣禿保膽

我要寄掛號信。

Tôi muốn gửi thư bảo đảm.

堆門軌禿保膽

---

06 我的信有超重嗎？

Thư của tôi có quá cần không?

禿果堆國梗跟空

你的信超重了，要加錢。

Thư của anh quá trọng lượng rồi, phải thêm tiền.

禿果按寡重楞瑞，斐添店

---

07 我要寄包裹。

Tôi muốn gửi bưu kiện.

堆門軌標件

打開來讓我檢查一下，再秤重量。

Mở ra để tôi kiểm tra một chút, rồi cân sau.

抹匣底堆檢渣莫竹，瑞跟艘

08 這個可以寄印刷品嗎？

Cái này có được gửi đồ in ấn không?

改耐國冷軌度陰暗空

不行，要寄普通郵件。

Không được, phải gửi bưu kiện thường.

空的，斐軌標件痛

09 我要寄快捷到北京，什麼時候會到？

Tôi muốn gửi chuyển phát nhanh đi Bắc kinh, khi nào sẽ tới?

堆門軌捲罰囡低拔經，科鬧寫得

快的話明天上午就到了

Nếu nhanh sáng mai là tới rồi.

牛囡嗓埋辣得瑞

10 有沒有賣明信片？

Có bán bưu thiếp không?

國辦標鐵空

PART 1 交際應酬篇
PART 2 聊天閒談篇
PART 3 實際應用篇
PART 4 旅遊樂透篇
PART 5 交通工具篇
PART 6 逛街購物篇
PART 7 日常生活篇

總共有五種款式。

Tổng cộng có năm kiểu.

懂共國囡狗

---

⑪ **一套要多少錢？**

Bao nhiêu tiền một bộ?

包妞店莫部

一套是八千元。

Một bộ là tám ngàn đồng.

莫部辣膽難動

---

⑫ **有沒有賣信封？**

Có bán phong bì không?

國辦封閉空

請到 5 號櫃臺去買。

Làm ơn đến quầy số 5 mua.

爛恩點櫃贖囡摸

PART 1 交際應酬篇

PART 2 聊天閒談篇

PART 3 實際應用篇

PART 4 旅遊樂透篇

PART 5 交通工具篇

PART 6 逛街購物篇

PART 7 日常生活篇

補充句

寄到台灣的郵費要多少？	Cước phí gửi đi Đài loan cần bao nhiêu? 格肥軌低帶戀互包妞
我要寄航空信到日本。	Tôi muốn gửi thư hàng không đi Nhật bản. 堆門軌禿低呢版
寄到美國紐約要幾天？	Gửi đi Nữu-Ước(New-york) –Mỹ phải mấy ngày? 軌低奴恩（紐約）米斐沒奈
每套都很好看，每一種我都要兩套。	Bộ nào cũng rất đẹp, mỗi loại tôi đều muốn mua hai bộ. 部鬧鞏熱典，每賴堆掉夢母嗨部
有沒有賣紀念郵票？	Có bán tem lưu niệm không? 國辦顛留念空

看病

KHÁM BỆNH

看病

 MP3-33

情境會話

---

01 你哪裡不舒服？

Anh khó chịu ở đâu?

按殼就噁都

我頭痛、咳嗽、沒胃口。

Tôi đau đầu, ho, kém ăn.

堆刀鬥，喝，艮安

---

02 醫生，我這幾天很不舒服。

Bác sĩ, mấy ngày nay tôi rất khó chịu.

拔洗，妹奈耐堆熱殼就

我幫你量一下體溫。

Tôi giúp ông đo nhiệt độ.

堆族翁多鎳度

03 我忽冷忽熱、沒有食慾。

Tôi lúc nóng lúc lạnh, ăn không ngon miệng.

堆盧濃盧浪，安空灣命

可能是感冒了。

Chắc là bị cảm rồi.

炸辣必感瑞

04 我的病嚴重嗎？

Bệnh của tôi nghiêm trọng không?

並歸堆念重空

只要打針吃藥，很快就會好了。

Chỉ cần chích thuốc uống thuốc, sẽ rất nhanh khỏi.

幾互及陀瓮陀，寫熱囡傀

05 我肚子痛，還拉肚子。

Tôi đau bụng, còn bị tiêu chảy.

堆刀繃，慣必雕窄

這種情況從什麼時候開始？

Tình trạng này bắt đầu từ khi nào?

定帳耐拔豆度科鬧

06 你不舒服有多久了？

Anh khó chịu bao lâu rồi?

按殼就包攄瑞

從昨晚開始肚子就不舒服。

Từ tối qua bắt đầu thấy bụng khó chịu.

度堆刮拔豆台繃殼就

07 你最近吃些什麼東西？

Gần đây anh ăn những gì?

互帶按安能記

我有吃些海鮮類。

Tôi có ăn một ít đồ biển.

堆國安莫宜度扁

08 我要做身體檢查。

Tôi muốn kiểm tra sức khoẻ.

堆門檢渣蛇傀

你要約什麼時間？

Anh muốn hẹn lúc nào?

按門恨盧鬧

09 請問藥要怎麼吃？

Xin hỏi thuốc phải uống thế nào?

新毀陀斐瓷體鬧

三餐飯後各吃一包。

Sau ba bữa ăn mỗi lần uống một gói.

艘八跛安每楞瓷莫軌

我要做身體檢查。	Tôi muốn kiểm tra sức khoẻ. 堆門間渣蛇傀
我頭痛。	Tôi đau đầu. 堆刀鬥
我晚上失眠，睡不好。	Buổi tối tôi mất ngủ, ngủ không ngon. 跛對堆麼努，努空灣
我身體不太舒服。	Trong người tôi không được khỏe. 中位堆空的傀
我渾身沒力氣。	Toàn thân tôi rã rời. 斷吞堆惹瑞
我一直發燒不退。	Tôi sốt mãi không giảm. 堆贖買空研
我好像著涼了，頭很痛。	Có lẽ tôi bị nhiễm lạnh rồi, đầu đau quá. 國倆堆必嫩浪瑞，鬥刀娃

我胃痛的老毛病又犯了。	Chứng đau bao tử khi trước của tôi lại tái phát rồi. 正刀包賭科折果堆賴帶罰瑞
需要動手術嗎？	Cần phải mổ không? 互斐模空
會不會傳染？	Có truyền nhiễm không? 國卷碾空
我暈船很不舒服。	Tôi say sóng rất khó chịu. 堆塞悚熱殼就
你以前有過這樣嗎？	Trước đây anh đã từng như vậy chưa? 折帶按打瞪呢位遮
你在發燒，有三十九度。	Anh bị sốt, tới 39 độ. 按必熟，得八僅度
伸出舌頭讓我看。	Thè lưỡi ra để tôi xem. 特疊匜底堆先

解開上衣扣子，讓我聽一下。	Mở cúc áo ra, để tôi nghe một chút. 抹股熬熱，底堆耶莫竹
深呼吸，再用力點。	Hít thở sâu, mạnh hơn một chút. 回妥搜，慢昏莫竹
藥一天吃四次，三餐飯後及睡前吃。	Thuốc một ngày uống bốn lần, uống sau ba bữa ăn và trước khi đi ngủ. 陀莫奈瓮本楞，瓮艘八跛按法折科低努
你要注意保暖，衣服穿多一些。	Anh phải chú ý giữ ấm, mặc nhiều quần áo một chút. 按斐竹宜子穩，罵紐棍熬末住
要多休息、多喝水。	Phải nghỉ ngơi nhiều, uống nhiều nước. 斐你內紐，瓮紐挪
藥吃完了再來看一次。	Thuốc uống hết đến khám lại lần nữa. 陀瓮和點看賴楞挪
這幾天飲食要清淡點。	Mấy ngày này ăn uống phải lạt một chút. 沒奈耐安瓮斐朗莫竹

等一下跟護士去驗血。	Đợi một chút cùng y tá đi thử máu.
	的莫竹共一達低土毛
把袖子捲起來，要打針。	Sắn tay áo lên, phải chích thuốc.
	散呆熬楞，斐及陀

越南旅遊豆知識

血拼工藝品

　　到了河內和胡志明市如果不大大血拼一番就太可惜了，這些地方有許多小東西以及特別的工藝品，都很值得採購，如極負盛名的木雕，大多是優良的硬木原料，刻成多種造型如神像、人物、動物等，胡志明市的木雕價格較高，但品質也較好。木製的產品還有首飾盒、筷子、花瓶等，首飾盒外多用貝殼做造型，呈現山水、花、鳥等圖樣。

　　磨漆畫也是越南特有的工藝品，亦用硬木為畫板，大多是以人物或風景為題材，可長時間保存。另外金飾如項鍊、手鍊、戒指、耳環等都是搶手貨；銀製品則以碗碟、銀筷、酒具較為暢銷，極具越南風味，可以好好選購。

　　而下龍灣有兩種特殊的紀念品就是批幅、玳瑁標本以及煤雕。批幅和玳瑁都是海洋生物，其花紋兩色相間，十分好看，當成裝飾品或送人都很合宜；煤雕亦有多樣造型，磨過的煤雕看似瓷器，未磨的煤雕也別具韻味，真的是少見的工藝品，但是煤雕亦碎，要非常小心攜帶。

日期

NGÀY THÁNG

奈糖

 MP3-34

情境會話

---

01 今天是幾號？

Hôm nay là ngày mấy?

昏耐辣耐沒

今天是五號。

Hôm nay là năm tây.

昏耐辣囡呆

---

02 明天是幾號？

Ngày mai là ngày mấy?

奈埋辣奈沒

明天是六號。

Ngày mai là sáu tây.

奈埋辣掃呆

PART 1 交際應酬篇

PART 2 聊天閒談篇

PART 3 實際應用篇

PART 4 旅遊樂逍篇

PART 5 交通工具篇

PART 6 逛街購物篇

PART 7 日常生活篇

03 現在是幾月？

Bây giờ là tháng mấy?

背仄辣糖沒

現在二月了。

Bây giờ tháng hai rồi.

背仄糖嗨瑞

04 今年陰曆過年是什麼時候？

Tết âm lịch năm nay là khi nào?

跌恩力囡耐辣科鬧

是一月三十一日。

Là ngày 31 tháng 1.

辣奈八磨唐莫

05 你的生日是幾號？

Sinh nhật anh là ngày mấy?

興呢按辣奈沒

我的生日是八月二十一日。

Sinh nhật tôi là ngày 21 tháng 8.

興呢堆辣奈嗨磨糖膽

06 你是哪一年出生？

Anh sinh năm nào?

按興囡鬧

我是 1972 年出生。

Tôi sinh năm 1972.

堆興囡莫僅北嗨

07 今天是星期幾？

Hôm nay là thứ mấy?

昏耐辣圖沒

今天是星期一。

Hôm nay là thứ hai.

昏耐辣圖嗨

08 你什麼時候出差？

Khi nào anh đi công tác?

科鬧按低工達

我星期三去出差。

Thứ tư tôi đi công tác.

圖嘟堆低工達

09 你什麼時候去上英文課？

Anh đi học Anh văn lúc nào?

按低獲按灣盧鬧

每個星期二晚上七點。

Bảy giờ tối thứ ba hàng tuần.

北仄對圖八沆頓

10 你什麼時候搬家？

Khi nào anh chuyển nhà?

科鬧按捲那

我禮拜天要搬家。

Chủ nhật tôi phải dọn nhà.

主呢堆斐唷那

11 你什麼時候去巴里島旅遊？

Khi nào anh đi đảo Bali du lịch?

科鬧按低倒八哩租力

預定三月要去。

Dự định tháng ba sẽ đi.

自訂定糖八寫低

PART 1 交際應酬篇

PART 2 聊天閒談篇

PART 3 實際應用篇

PART 4 旅遊樂透篇

PART 5 交通工具篇

PART 6 逛街購物篇

PART 7 日常生活篇

12 你什麼時候去度蜜月？

Khi nào anh đi nghỉ tuần trăng mật?

科鬧按低你頓張麼

我後天出發。

Ngày mốt tôi khởi hành.

耐磨堆可喊

補充句

我上個月有去台灣。	Tháng trước tôi có đi Đài-Loan. 糖折堆國低帶戀
我下個月要去中國北京。	Tháng sau tôi sẽ đi Bắc-Kinh - Trung-Quốc. 糖艘堆寫低拔經中國
今年的春節是幾月幾號？	Tết Nguyên đán năm nay là ngày mấy tháng mấy? 跌元旦囡耐辣奈沒糖沒

外頭好熱鬧，今天是什麼日子？	Bên ngoài nhộn nhịp quá, hôm nay là ngày gì vậy? 邊外嫩逆寡，昏耐辣奈記位
你兒子的生日是幾號？	Sinh nhật con trai anh là ngày mấy? 興呢關摘按辣奈沒
你什麼時候休假？	Khi nào anh được nghỉ? 科鬧案的你

PART 1 交際應酬篇
PART 2 聊天閒談篇
PART 3 實際應用篇
PART 4 旅遊樂透篇
PART 5 交通工具篇
PART 6 逛街購物篇
PART 7 日常生活篇

越南旅遊豆知識

拋繡球搶好運

　　越南有個傳統的活動那就是拋繡球，由來已久，不過可不像我們古代那樣拋繡球是為了尋找夫婿，越南的拋繡球是在廣大的草坪上立起一根竹竿，其上有一個以竹編製而成的圈圈，兩組人員（參加者多為女子）輪流拋繡球，先把球拋過圈圈的組別就是獲勝者。

　　他們的繡球是用布紮成球狀，裡頭塞入棉花或稻草，其外則是顏色絢麗的布條。參加此活動的女子多半以此來推估未來一年的運勢，若是優勝的人則認為會為自己帶來好運。而因為參加與旁觀的人數眾多，年輕人總是藉此機會認識新朋友。

話題 ⑤ 時間

THỜI GIAN

主地図：特簪

 MP3-35

情境會話

---

01 現在幾點了？

Bây giờ mấy giờ rồi?

背仄沒仄瑞

現在下午四點了。

Bây giờ bốn giờ chiều rồi.

背仄本仄叫瑞

---

02 你幾點起床？

Anh ngủ dậy lúc mấy giờ?

按努在盧沒仄

我每天六點起床。

Hàng ngày tôi ngủ dậy lúc sáu giờ.

沆奈堆努在盧掃仄

---

03 你幾點上班？

Mấy giờ anh đi làm?

沒仄按勒爛

我每天七點上班。

Tôi đi làm lúc bảy giờ hàng ngày.

堆勒爛盧北仄沆奈

04 你上班時間是幾點到幾點？

Thời gian làm việc của anh từ mấy giờ đến mấy giờ?

特簪爛月果按度沒仄點沒仄

我從八點半上到五點半。

Tôi làm từ tám giờ rưỡi đến năm giờ rưỡi.

堆爛度膽仄蕊點囡仄蕊

05 中午休息時間多長？

Thời gian nghỉ trưa bao lâu?

特簪你遮包撈

午休從十二點到一點。

Nghỉ trưa từ 12 giờ đến 1 giờ.

你遮度妹嗨仄點莫仄

PART 1 交際應酬篇

PART 2 聊天閒談篇

PART 3 實際應用篇

PART 4 旅遊樂透篇

PART 5 交通工具篇

PART 6 逛街購物篇

PART 7 日常生活篇

06 這場電影幾點開演？

Xuất này mấy giờ bắt đầu chiếu?

送耐沒仄拔豆角

四點半開演。

Bốn giờ rưỡi bắt đầu chiếu.

本仄蕊拔豆角

補充句

我五點鐘下班。	Tôi tan sở lúc năm giờ.
	堆單舍盧囡仄
我中午約外國客戶吃飯。	Buổi trưa tôi hẹn khách hàng nước ngoài ăn cơm.
	跛遮堆恨卡沆挪外安跟
你幾點要去買菜？	Mấy giờ cô đi chợ?
	沒仄姑低者

PART 1 交際應酬篇

PART 2 聊天閒談篇

PART 3 實際應用篇

PART 4 旅遊樂透篇

PART 5 交通工具篇

PART 6 逛街購物篇

PART 7 日常生活篇

幾點可以吃晚飯？	Mấy giờ mới được ăn tối? 沒仄末冷安對
你什麼時候出門？	Khi nào anh đi ra ngoài? 科鬧按低匝外
早上七點叫我起床。	Bảy giờ sáng đánh thức tôi. 北仄嗓膽特堆

越南旅遊豆知識

北越風情全覽

　　除了大城市以外，你有沒有想過到一些特別的地方去瞧瞧呢？若真是如此，可以考慮到北越的大勒、美拖和芽莊去走走喔！

　　大勒是個避暑勝地，因位在高山，氣溫只有15度，涼爽宜人。大勒的著名景點有情人谷、金利瀑布、嘆息湖等，到大勒還可以乘坐馬車觀賞風景。

　　美拖有椰子島、水果島等果園可參觀，還能乘著獨木舟穿梭叢林，更可以搭船遊覽湄公河！

　　而芽莊是一個海產養殖中心，其觀光景點包括了仙女嶺、古塔、風中石、天母廟、海洋博物館等。

越南語系列：12

我的第一本越南語會話 精修版

....

合著／陳依僑, Nguyen Kim Nga
出版者／哈福企業有限公司
地址／新北市板橋區五權街 16 號 1 樓
電話／ (02) 2808-4587 傳真／ (02) 2808-6545
郵政劃撥／ 31598840　戶名／哈福企業有限公司
出版日期／ 2022 年 6 月
定價／ NT$ 330 元（附 MP3）

....

全球華文國際市場總代理／采舍國際有限公司
地址／新北市中和區中山路 2 段 366 巷 10 號 3 樓
電話／ (02) 8245-8786　傳真／ (02) 8245-8718
網址／ www.silkbook.com　新絲路華文網

....

香港澳門總經銷／和平圖書有限公司
地址／香港柴灣嘉業街 12 號百樂門大廈 17 樓
電話／ (852) 2804-6687　傳真／ (852) 2804-6409
定價／港幣 110 元（附 MP3）

....

email ／ welike8686@Gmail.com
網址／ Haa-net.com
facebook ／ Haa-net 哈福網路商城
封面內文圖 / 取材自 Shutterstock

....

電子書格式：PDF

國家圖書館出版品預行編目資料

我的第一本越南語會話 精修版 / 陳依僑， Nguyen Kim
Nga 合著. -- 新北市：哈福企業, 2022.6
　　面；　公分. --（越南語系列；12）

ISBN 978-626-95576-9-1（平裝附光碟片）

1.越南語言--會話

803.7988

哈福

哈福